കതുവനൂർ വീരൻതോറ്റം
ഒരു വീരപുരാവൃത്തം

(Malayalam)

**kathuvanur veeran thottam**
**oru veera puravrtham**

•

dr. m v vishnu namboothiri

•

first chintha edition
may 2018

•

typesetting
vijila

•

cover
murali payyanur



*വിതരണം*

**ദേശാഭിമാനി ബുക്ക് ഹൗസ്**

H O തിരുവനന്തപുരം-695 035
phone: 0471-2303026, 6063026
www.chinthapublishers.com
chinthapublishers@gmail.com

*ബ്രാഞ്ചുകൾ*

ഹെഡ്ഡാഫീസ് ബ്രാഞ്ച് കുന്നുകുഴി • സ്റ്റാച്യു തിരുവനന്തപുരം • കെ എസ് ആർ ടി സി ബസ് സ്റ്റേഷൻ ആലപ്പുഴ • കെ എസ് ആർ ടി സി ബസ് സ്റ്റേഷൻ എറണാകുളം • മച്ചിങ്ങൽ ലെയ്ൻ തൃശൂർ • ഐ ജി റോഡ് കോഴിക്കോട് • മാവൂർ റോഡ് കോഴിക്കോട് • എൻ ജി ഒ യൂണിയൻ ബിൽഡിങ് കണ്ണൂർ • സെൻട്രൽ ബസ് ടെർമിനൽ കോംപ്ലക്സ് താവക്കര കണ്ണൂർ

CO - 2821 / 4555
ISBN - 978-93-86637-91-8

# കതുവനൂർ വീരൻതോറ്റം
# ഒരു വീരപുരാവൃത്തം

ഡോ. എം വി വിഷ്ണു നമ്പൂതിരി

ചിന്ത പബ്ലിഷേഴ്സ്
തിരുവനന്തപുരം-695 035

## ഡോ. എം വി വിഷ്ണു നമ്പൂതിരി

പയ്യന്നൂരിനു സമീപമുള്ള രാമന്തളി വില്ലേജിൽ (കണ്ണൂർ ജില്ല) 1939 ഒക്ടോബർ 25 ന് ജനിച്ചു. അച്ഛൻ: സുബ്രഹ്മണ്യൻ നമ്പൂതിരി, അമ്മ: ദ്രൗപദി അന്തർജനം.

മലയാളഭാഷയിലും സാഹിത്യത്തിലും എം എ (ഫസ്റ്റ് ക്ലാസ്), പി എച്ച്ഡി ബിരുദം.

അവാർഡുകൾ: കേരള സാഹിത്യ അക്കാദമി (എൻഡോവ്മെന്റ്) അവാർഡ്-1998, പട്ടത്താനം അവാർഡ് 1998, കേരള ഫോക്‌ലോർ അക്കാദമിയുടെ ഗ്രന്ഥരചന (സമഗ്രസംഭാവന) അവാർഡ്-1999, കേരള സംഗീത നാടക അക്കാദമി അവാർഡ് (നാടൻ കലാഗവേഷണം) - 2008, കേരള സർക്കാരിന്റെ പി കെ കാളൻ പുരസ്കാരം - 2009, പി കെ പരമേശ്വരൻ നായർ ട്രസ്റ്റിന്റെ എസ് ഗുപ്തൻ നായർ സ്മാരക പുരസ്കാരം - 2011, കടത്തനാട്ട് ഉദയവർമ്മ രാജ പുരസ്കാരം - 2012, ശ്രീശങ്കര സാംസ്കാരിക പഠന കേന്ദ്രത്തിന്റെ വിജ്ഞാനപീഠപുരസ്കാരം - 2014, കേരള ജൈവ വൈവിദ്ധ്യ ബോർഡിന്റെ ജൈവവൈവിദ്ധ്യ അറിവ് സംരക്ഷകനുള്ള അവാർഡ്-2014, അബുദാബി ശക്തി അവാർഡ് 2016, കേന്ദ്രസാംസ്കാരിക വകുപ്പിന്റെ സീനിയർ ഫെലോഷിപ്പ്.

ഫോക്‌ലോർ രംഗത്ത് അറുപതിലധികം ഗ്രന്ഥങ്ങൾ പ്രസിദ്ധീകരിച്ചു. *ഫോക്‌ലോർ നിഘണ്ടു, നാടോടി വിജ്ഞാനീയം, തെയ്യം, തെയ്യവും തിറയും, കേരളത്തിലെ നാടൻ സംഗീതം, ഫോക്‌ലോറും ജനസംസ്കാര പഠനവും, ഗവേഷണ പ്രവേശിക, നാടൻ പാട്ടുകൾ മലയാളത്തിൽ, ഫോക്‌ലോറും നാമ പഠനവും, വടക്കൻ പാട്ടുകഥകൾ - ഒരു പഠനം, കോതാമ്മൂരി, പുരാവൃത്ത പഠനം, പൊട്ടനാട്ടം, പഴഞ്ചൊൽ സാഹിത്യം* തുടങ്ങിയവ എടുത്തു പറയാം.

കേരള ഫോക്‌ലോർ അക്കാദമിയുടെ മുൻ ചെയർമാൻ ആയിരുന്നു.


| | | |
|---|---|---|
| ഭാര്യ | : | സുവർണ്ണനി |
| മക്കൾ | : | സുബ്രഹ്മണ്യൻ, ഡോ.ലളിതാംബിക, മുരളീധരൻ |
| വിലാസം | : | (പി ഒ)കാരന്താറ്റ് (വഴി)<br>രാമന്തളി, പയ്യന്നൂർ, പിൻ - 670308 |
| ഫോൺ | : | 04985223257<br>9446105323 (മുരളീധരൻ) |

# ഉള്ളടക്കം

മുന്നുര 8

**ഭാഗം 1**

**പഠനം**

വീരകഥപ്പാട്ടുകൾ 11

തെയ്യാട്ടത്തിലെ വീരാരാധന 18

കതുവനൂർ വീരൻതെയ്യം 22

കതുവനൂർ വീരൻതോറ്റം-തോറ്റത്തിന്റെ ഘടകങ്ങൾ 25

ഇതിവൃത്തം 28

വീരപുരാവൃത്തം 36

സാമൂഹിക പരാമർശം 42

**ഭാഗം 2**

**ഭാഷയും സാഹിത്യവും**

ഘടനാ സംവിധാനം 49

ഭാഷയും പ്രയോഗങ്ങളും 53

വർണ്ണനകൾ 57

ലോകോക്തികൾ 58

ഒരു യാത്രാവിവരണപ്പാട്ട് 59

**അനുബന്ധങ്ങൾ**

കതുവനൂർവീരൻ തോറ്റം 61

കുരിക്കൾ തെയ്യം 113

ഗ്രന്ഥസൂചി 115

സങ്കേതപദസൂചി 117

ആവേദകസൂചി 119

ഗാനാനുക്രമണിക 120

# പ്രസാധകക്കുറിപ്പ്

**കീ**ഴാളമനുഷ്യരുടെ തീ പാറുന്ന പുരാവൃത്തങ്ങളാണ് മലബാറിലെ തെയ്യങ്ങൾ ആവിഷ്കരിച്ചിരിക്കുന്നത്. തെയ്യപ്പുരാവൃത്തങ്ങൾക്കുള്ളിൽ അടിച്ചമർത്തപ്പെട്ടവന്റെ ചരിത്രമുണ്ട്, വിമോചനത്തിനായുള്ള കുതിപ്പുണ്ട് തീക്ഷ്ണമായ ആവിഷ്കാര പരിസരങ്ങളുണ്ട്. *കതുവനൂർ വീരൻതോറ്റം* ഒരു വീര പുരാവൃത്തത്തിന്റെ മാതൃകാരൂപമാണ്. തെയ്യത്തിന്റെ വീരാരാധന പാരമ്പര്യത്തിന്റെ ഉത്തമോദാഹരണവുമാണത്. പ്രതിബന്ധങ്ങളെ തട്ടിമാറ്റി മരണത്തെ തൃണവൽഗണിച്ച് മുന്നേറിയ ധീരയുവാവിന്റെ കഥയാണ് കതുവനൂർ വീരൻ പറയുന്നത്. പ്രത്യക്ഷത്തിൽ, വീരനായകനായ മന്ദപ്പന്റെ ജീവിതം ഒരു ദുരന്ത കഥയാണെന്നു തോന്നും. എന്നാൽ മരണത്തോടെ അമാനുഷിക ജീവിതത്തിന്റെ പുരാവൃത്തത്തിൽ പുനർജ്ജനിക്കുകയാണ് ഇതിലെ നായകൻ. ഇതിലെ തോറ്റം പാട്ടിൽ പോയകാല ജീവിതത്തിന്റെ രേഖകളും സ്പന്ദനങ്ങളും കാണാനാകും. ഫോക്‌ലോർ രംഗത്തെ പ്രാമാണികനായ ഡോ. വി എം. വിഷ്ണു നമ്പൂതിരിയുടെ പഠനം കതുവനൂർ വീരൻ തോറ്റത്തെ കൂടുതൽ ആസ്വാദ്യമാക്കുന്നു. ഫോക്‌ലോർ പഠന രംഗത്തെ പ്രധാന ചുവടുവെപ്പായ ഈ കൃതിയുടെ ചിന്ത പതിപ്പിറക്കാൻ കഴിഞ്ഞതിൽ സന്തോഷിക്കുന്നു.

**ചിന്ത പബ്ലിഷേഴ്സ്**

# മുന്നുര

**വീ**രപുരാവൃത്തത്തിന്റെ ഒരു മാതൃകാരൂപം കതുവനൂർ വീരൻ തോറ്റത്തിന്റെ അപഗ്രഥനത്തിലൂടെ മനസ്സിലാക്കുവാൻ കഴിയും. പ്രതിബന്ധങ്ങളേതിനെയും പരിഗണിക്കാതെ, ആയുധത്തിന് ആയുസ്സിനെക്കാൾ വില കല്പിച്ച ഒരു യുവനായകന്റെ, ആദ്യന്തം സാഹസികത നിറഞ്ഞ വീരചരിതമാണത്. പിതാവുമായുള്ള അസ്വാരസ്യവും ചങ്ങാതിമാരുടെ ചതിയും ആ സാഹസികതകൾക്ക് ആക്കം കൂട്ടുന്നു. ഒടുവിൽ, ആത്മപ്രിയയുടെ പരുഷമൊഴികളും കർമ്മങ്ങളും, അവർ ഇരുവരുടെയും ദുരന്തത്തിന് വഴിയൊരുക്കി. ചുരുക്കത്തിൽ, സുഖദു:ഖസമ്മിശ്രമായ ജീവിതത്തിന്റെ അനുകൃതിതന്നെയാണ് *കതുവനൂർ വീരൻതോറ്റ*ത്തിലെ ഇതിവൃത്തം കാഴ്ചവയ്ക്കുന്നതെന്ന് പറയാം. ട്രാജഡിയെക്കുറിച്ചുള്ള പാശ്ചാത്യസങ്കല്പങ്ങൾ ഇതിൽ പൂർണ്ണമായി പ്രതിഫലിച്ചുകണ്ടില്ലെന്നുവരാം. എന്നാൽ, ട്രാജഡിയുടെ നിർവ്വചനത്തിൽ ഒരു പൊളിച്ചെഴുത്ത് നടത്തുവാൻ പോലും ഇതിലെ ഇതിവൃത്തം വഴിയൊരുക്കുന്നു. വീരനായകനായ മന്ദപ്പന്റെ ജീവിതം ഒരു ദുരന്തകഥയാണെന്ന് പ്രത്യക്ഷത്തിൽ തോന്നും. അതേസമയം, മന്ദപ്പന്റെ പതനം മറ്റൊരുതരത്തിൽ ഒരു ഉന്നമനമായിത്തീരുന്നുണ്ട്. മരണത്തോടെ 'ദൈവക്കുരു'വായി ദിവ്യതയിലേക്ക് ഉയർന്ന ഒരമാനുഷ ജീവിതത്തിന്റെ സങ്കല്പചിത്രീകരണം കൂടി ഈ തോറ്റംപാട്ടിൽ ആഖ്യാനം ചെയ്യുന്നു. മന്ദപ്പന്റെ ജനനം (വീരോല്പത്തി) ചിത്രീകരിച്ചിട്ടുള്ളതുതന്നെ അലൗകികവും ദിവ്യവുമായ ഒരു മരണാനന്തരജീവിതത്തിന്റെ കഥനത്തിന് പശ്ചാത്തലമൊരുക്കുംവിധമാണ്.

ഈ ഗ്രന്ഥകാരന്റെ *തോറ്റംപാട്ടുകൾ ഒരു പഠനം* (1990) എന്ന ഗവേഷണ പ്രബന്ധത്തിൽ കതുവനൂർവീരൻ തോറ്റത്തിന് അർഹമായ പ്രാതി

നിധ്യം നല്കിയിട്ടുണ്ട്. എങ്കിലും, ഒരു സവിശേഷമായ വീരപുരാവൃത്തമെന്ന നിലയിൽ പ്രാധാന്യമർഹിക്കുന്നതിനാൽ, പഠനം അല്പം കൂടി വിപുലപ്പെടുത്തിയും അനുബന്ധമായി പാട്ടുകളും മറ്റും ചേർത്തും പ്രത്യേക ഗ്രന്ഥമായിത്തന്നെ പ്രസിദ്ധീകരിക്കുകയാണ്.

കുറവാട്ട് ചിണ്ടപ്പെരുവണ്ണാൻ, കുറവാട്ട്രാമപ്പെരുവണ്ണാൻ, കുറവാട്ട് കുഞ്ഞിരാമപ്പെരുവണ്ണാൻ, നർത്തകരത്നം കണ്ണപ്പെരുവണ്ണാൻ എന്നിവരിൽനിന്ന് ഇരുപത് വർഷം മുമ്പ് പാടിക്കേട്ട് ശേഖരിച്ച പാട്ടുകളാണ് ഇതിൽ അനുബന്ധമായി ചേർത്തിട്ടുള്ളത്. കതുവനൂർവീരൻ തെയ്യത്തിന്റെ ആരാധകരായ തിയ്യരും കാവുതിയ്യരും ദൈവത്തെ 'വരവിളി' (ചൊല്ലിസ്തുതി)ച്ചുകൊണ്ട് പാടാറുള്ള രണ്ട് പാട്ടുകൾ കെ കണ്ണൻ കാക്കാട്ടികോരൻ എന്നിവരിൽനിന്ന് അന്നേ ലഭിക്കുകയുണ്ടായി. ആ പാട്ടുകൾ ഈ ഗ്രന്ഥത്തിൽ അനുബന്ധമായി ചേർത്തിട്ടില്ല. കേരള ഭാഷാ ഇൻസ്റ്റിറ്റ്യൂട്ട് (തിരുവനന്തപുരം) പ്രസിദ്ധീകരിക്കുന്ന ഈ ഗ്രന്ഥകാരന്റെ *തെയ്യം* എന്ന പുസ്തകത്തിൽ അവ അനുബന്ധമായി കൊടുത്തിട്ടുണ്ട്. കതുവനൂർവീരൻതോറ്റമെഴുതിയ ചില ഓലകൾ വൈ വി കണ്ണൻ മാസ്റ്ററുടെ സൂക്ഷിപ്പിലും കാണാനിടയായി. മേൽ സൂചിപ്പിച്ചവരോടൊപ്പം ഗ്രന്ഥം പ്രസിദ്ധീകരിക്കാൻ ഏറ്റെടുത്ത ചിന്ത പബ്ലിഷേഴ്സിനോടുള്ള നന്ദിയും പ്രസ്താവിച്ചുകൊള്ളുന്നു.

**ഡോ. എം വി വിഷ്ണു നമ്പൂതിരി**

# ഭാഗം 1

# പഠനം

# വീരകഥപ്പാട്ടുകൾ

**വീ**രാരാധനയും പരേതാരാധനയും ഏതൊരു സമൂഹത്തിലും കാണാതിരിക്കില്ല. പരേതരായ വീര പുരുഷന്മാരും സതീരത്ന ങ്ങളും കാരണവന്മാരും പാട്ടിലും കലയിലും ജീവിക്കുന്നു. തെയ്യം -തിറകളുടെ രംഗത്ത് ഇത്തരം ആരാധനകൾക്ക് ഒട്ടും അപ്രധാ നമല്ലാത്ത സ്ഥാനമാണുള്ളത്. തെയ്യാട്ടത്തിലെ 'വീരൻ തെയ്യ' ങ്ങളിൽ പലതുകൊണ്ടും ശ്രദ്ധേയമായിട്ടുള്ളതാണ് കതുവനൂർവീ രൻ തെയ്യം. അതുപോലെ തന്നെ , വീരാപദാനപരമായ തെയ്യ ത്തോറ്റങ്ങളിൽ കതുവനൂർവീരൻതോറ്റം അഗ്രിമസ്ഥാനത്തു നില്ക്കുന്നു.

**ന**മ്മുടെ നാടൻ കഥാഗാനങ്ങളിൽ നല്ലൊരു ഭാഗം വീരകഥപ്പാട്ടു കളാണ്. നാടൻ പാട്ടുകളെ വർഗ്ഗീകരിക്കുവാൻ ശ്രമിച്ചവർക്ക് ആർക്കും തന്നെ 'വീരചരിത'ങ്ങളെ അവഗണിക്കുവാൻ കഴിഞ്ഞിട്ടില്ല. പാട്ടുകളെ അവയുടെ പശ്ചാത്തലം, ധർമ്മം, രസാനുഭൂതി തുടങ്ങിയ ഉപാധികളെ അടിസ്ഥാനമാക്കി വിഭജിക്കാവുന്നതാണ്. ഏത് വിഭജനക്രമം സ്വീകരി ച്ചാലും വീരകഥപ്പാട്ടുകളെ തള്ളേണ്ടതായി വരില്ല. വീരസാഹസകൃ ത്യമോ, യുദ്ധപരാക്രമമോ, അമാനുഷ പ്രഭാവമോ കൊണ്ട് സമൂഹത്തിൽ ആരാദ്ധ്യരായിത്തീർന്നവർ ഏതൊരു ദേശത്തും ഉണ്ടാവുക സ്വാഭാവി കമാണ്. അതേ കാരണം കൊണ്ടുതന്നെ ഏതൊരു ഭാഷയിലും വീരക ഥാഗാനങ്ങളും കാണും.

മലയാളത്തിലെ കഥാഗാന (നറെയ്റ്റീവ് സോങ്)ങ്ങളെ 'ബാലഡു' കളായി പരിഗണിക്കുന്നതിൽ ഔചിത്യക്കുറവുണ്ട്. 'ബാലഡു'കളുടെ മുഴുവൻ ധർമ്മവും അവ ഉൾക്കൊള്ളുന്നില്ല. രൂപത്തിലും അവത രണസ്വഭാവത്തിലും ഇതിവൃത്തസ്വഭാവത്തിലും നമ്മുടെ പാട്ടുകൾക്ക്

'ബാലഡു'കളോട് സാധർമ്മ്യത്തേക്കാൾ വൈധർമ്മ്യമാണ് കാണുന്നത്. എന്നിരുന്നാലും, ഫോക്ബാലഡുകളുടെയോ ഫോക് എപ്പിക്കുകളുടെയോ വീരാപദാന കവിതകളുടെയോ സവിശേഷതകളിൽ ചിലതൊക്കെ ഇവയിൽ പ്രത്യക്ഷപ്പെടുന്നുമുണ്ട്.

വീരകഥപ്പാട്ടുകളെല്ലാം സമാനസ്വഭാവമുള്ളവയല്ല. അമാനുഷ വീരകഥാഗാനങ്ങൾ, ഐതിഹ്യാധിഷ്ഠിത വീരകഥാഗാനങ്ങൾ, ദേശചരിത്രപരമായ കഥാഗാനങ്ങൾ, പ്രേമാധിഷ്ഠിത വീരകഥാഗാനങ്ങൾ, മതാധിഷ്ഠിതമായ വീരകഥാഗാനങ്ങൾ എന്നിങ്ങനെ പല പശ്ചാത്തലോപാധികളോടു കൂടിയവയാണവ. ചരിത്രവും പുരാവൃത്തവും ഐതിഹ്യവും സങ്കല്പവും വേർതിരിക്കാൻ കഴിയാത്തവിധം പലതും കൂടിക്കലർന്നാണിരിക്കുന്നത്. ആ പാട്ടുകളിൽനിന്ന് അത്തരം അംശങ്ങളെ അപഗ്രഥിച്ച് മനസ്സിലാക്കുവാൻ കഴിയും. അല്ലാതെ, ആ ഉപാധികളെ അടിസ്ഥാനമാക്കി അവയെ വർഗ്ഗീകരിക്കുവാൻ എളുപ്പമല്ല. വീരകഥപ്പാട്ടുകളിൽ വീരരസം മാത്രമല്ല ആവിഷ്കരിക്കപ്പെട്ടിട്ടുള്ളത്. വീരത്തിന്റെ അംശമായി പ്രേമ (രതി)മോ, കരുണമോ വരാം.

**വടക്കൻപാട്ടുകഥകൾ**

വടക്കൻപാട്ടുകഥകളിൽ പുത്തൂരംപാട്ടുകളും തച്ചോളിപ്പാട്ടുകളും മാത്രമല്ല വീരകഥപ്പാട്ടുകളുമുണ്ട്. രാജവംശസംബന്ധികളായ പാട്ടുകളിൽ നല്ലൊരുഭാഗം വീരകഥകളാണ്. വീരപുരുഷന്മാരുടെ കഥകൾ ആഖ്യാനം ചെയ്യുന്ന ഒറ്റപ്പാട്ടുകൾ ധാരാളമുണ്ട്. 'കന്നി'മാരുടെ കഥകളിലും വീരകഥാംശം കലർന്നിരിക്കും. *വീരരസപ്രധാനമായ അത്ഭുത കഥകളും ദിവ്യകഥകളും വടക്കൻപാട്ടുകളിൽ കാണാം*[1].

*ഏതാനും പാട്ടുകൾ ഒന്നിച്ചുചേർത്ത് ക്രമീകരിച്ചാൽ ദീർഘമായ ഇതിവൃത്തം ഉൾക്കൊള്ളുന്ന 'പാട്ടുകഥാമാല'യാകും. 'പാട്ടുകഥാചക്ര'മെന്നും അതിനെ വിശേഷിപ്പിക്കാം. പുത്തൂരം പാട്ടുകൾ മലയാളത്തിലെ 'ജനകീയ പാട്ടുകഥാചക്ര'*[2]*ത്തിന് ഒരു നല്ല ദൃഷ്ടാന്തമാണ്.* മൂന്ന് തലമുറകളെപ്പറ്റിയുള്ള ബൃഹത്തായ ഒരിതിവൃത്തം അത് കാഴ്ചവയ്ക്കുന്നു. കഥാഭാഗങ്ങൾ പലതും പൂർവ്വകഥാ ചിത്രീകരണരീതി (ഫ്ളാഷ്ബാക്ക്)യിൽ കഥാപാത്രങ്ങളുടെ സംഭാഷണമദ്ധ്യേ അവതരിപ്പിക്കുകയാണ് ചെയ്തിട്ടുള്ളത്. ആരോമൽചേകവൻ, ഉണ്ണിയാർച്ച, ആരോമലുണ്ണി എന്നിവരെ സംബന്ധിച്ചാണ് പാട്ടുകളിൽ മുഖ്യമായും ആഖ്യാനം ചെയ്യുന്നത്. എങ്കിലും, 'പത്തങ്കം താരിതാഴ്ത്തിയ' കണ്ണപ്പൻ ചേകവന്റെ ചിത്രവും അതിൽ തെളിഞ്ഞുകാണാം. കണ്ണപ്പന്റെ മരുമകനായ ചന്തുവിന്റെ കഥയും ഇതിൽ വരുന്നുണ്ട്. ആരോമൽ ചേകവന്റെ അങ്കപ്പുറപ്പാട്, ചന്തുവിന്റെ ചതി, ഉണ്ണിയാർച്ചയുടെ വീരപ്രതിജ്ഞ, ചെറിയ ആരോമലുണ്ണിയുടെ 'കുടിപ്പക' വീട്ടൽ എന്നിവയൊക്കെ അത്യുജ്ജ്വലമായ വീരാപദാനങ്ങളാണ്. കരുണരസം ഇതിൽ അംഗമായി പ്രത്യക്ഷപ്പെടുന്നുണ്ടെന്നുള്ളത് ശ്രദ്ധേയമാണ്. ശൃംഗാരത്തിന്റെ മിന്നലാട്ടവും കാണാം.

ഒരു കുടുംബത്തെയോ വ്യക്തിയെയോ സംബന്ധിച്ച പാട്ടുകൾ ഒന്നിച്ചെടുക്കുമ്പോൾ അവയുടെ പരസ്പരബന്ധം സുദൃഢമല്ലെന്നുവരാം. '....*ആ ആഖ്യാനങ്ങളോ ഉപാഖ്യാനങ്ങളോ കാലക്രമത്തിലുള്ളവയാകണമെന്നില്ല*. അവ സ്വതന്ത്രങ്ങളായ ഭാഗങ്ങളാകാം.'[3] അതുകൊണ്ട്, അത്തരം പാട്ടുകളെ കാലക്രമത്തിൽ അടുക്കുവാൻ കഴിയാതെവരും. അത്തരത്തിലുള്ള ശിഥിലമായ കഥാബന്ധമുള്ള കഥാഗാനമാലയെ 'കഥാഗാനചക്രമായിട്ടു പരിഗണിക്കുവാൻ വിഷമമുണ്ട്. '*ശിഥില കഥാഗാനചക്ര*'[4]മായിട്ടേ അവയെ വിശേഷിപ്പിക്കാൻ കഴിയൂ. മലയാളത്തിൽ തച്ചോളിപ്പാട്ടുകൾ ഈ സ്വഭാവമുള്ളവയാണ്. തച്ചോളിത്തറവാടുമായി ബന്ധപ്പെട്ട കോമക്കുറുപ്പ്, ഉദയനൻ, ചന്തു, കേളു, ചീരു, ചാപ്പൻ, കാവിലമ്പാടി തുടങ്ങിയവരെ സംബന്ധിച്ചുള്ള ഒറ്റപ്പെട്ട പാട്ടുകൾ അസംഖ്യമുണ്ട്. പക്ഷേ, അവയെ കാലക്രമത്തിൽ അടുക്കുവാൻ കഴിയുകയില്ല. തച്ചോളി ഉദയനൻ വിളിപ്പെട്ട ഒരു വീരകേസരിയായതിനാൽ, പാട്ടുകഥകൾ കെട്ടിച്ചമയ്ക്കുന്നവർ ഉദയനനുമായി വലിയ ബന്ധമില്ലാത്ത കഥകളിൽപ്പോലും അയാളെ പ്രവേശിപ്പിക്കുവാൻ ശ്രമിച്ചിട്ടുണ്ട്. വടക്കൻ പാട്ടുകഥകളിൽ ഉദ്ദേശം അഞ്ചിലൊരുഭാഗം തച്ചോളിക്കഥകളാണ്. ആദ്യകാലങ്ങളിൽ ഡോ.ഗുണ്ടർട്ട്, വില്യം ലോഗൻ, പി ഗോവന്ദപ്പിള്ള, ആർ നാരായണപ്പണിക്കർ തുടങ്ങിയവർ 'വടക്കൻപാട്ടു'കളെ 'തച്ചോളിപ്പാട്ടുക'ളെന്ന് വ്യവഹരിച്ചുപോയത് അതുകൊണ്ടായിരിക്കാം.

വടക്കൻപാട്ടുകഥകളിൽ പ്രകീർത്തിക്കപ്പെട്ട ഒരു പരാക്രമിയാണ് മുരിക്കഞ്ചേരിക്കേളു. ചിറക്കൽ, അറക്കൽ, എന്നീ രാജവംശങ്ങളുടെ ചരിതവുമായി ബന്ധപ്പെട്ടാണ് കേളുവിന്റെ കഥകൾ വരുന്നത്. ഞാണിക്കര പയ്യമ്പള്ളി ചെറിയ ചന്തുവിന്റെ വീരസാഹസകഥകൾ പിറവിയാർ കോവിലകത്തിന്റെ കഥയുമായി ബന്ധപ്പെടുന്നു.

ഒറ്റപ്പെട്ട 'വീരകഥപ്പാട്ടു'കൾ വടക്കൻപാട്ടുകഥകളിൽ അനേകമുണ്ട്. വീരപുരുഷന്മാരുടെ ജാരഗമനകഥകളാണ് അവയിലൊന്ന്. കാണാനോ കേൾക്കാനോ സംഗതിയായ കന്നിമാരുടെ അടുത്തേക്ക് അവരുടെ സമ്മതപ്രകാരമോ അല്ലാതെയോ ജാരഗമനം നടത്തുകയും, മറ്റുള്ളവർ അറിഞ്ഞ് അവളെ പുറംതള്ളുമ്പോൾ നായകൻ ചെന്ന് രക്ഷിക്കുകയും ചെയ്യുന്ന കഥകളും, മാലയിട്ട് മാറോടണച്ചതായി സ്വപ്നത്തിൽ കണ്ട കന്നിയെ സാഹസകൃത്യങ്ങൾ ചെയ്ത് പ്രാപിക്കുകയും ആപത്തിൽ നിന്ന് രക്ഷിച്ച് സ്വീകരിക്കുകയും ചെയ്യുന്ന കഥകളും അവയിൽപ്പെടുന്നു. കൊടുമല കുഞ്ഞിക്കണ്ണൻ, ഇരിക്കൂർതറ കുഞ്ഞിക്കണ്ണൻ, ചേണിച്ചേരി അനന്തൻ, കരിങ്ങലേരികണ്ണൻ, ആതി അരിങ്ങളേരി കുഞ്ഞിക്കോമപ്പൻ, മാണിയോട്ടുചന്തു തുടങ്ങിയവരുടെ കഥകൾ ഇതിന് ഉദാഹരണങ്ങളാണ്.

ഏതെങ്കിലും തമ്പുരാനോ നാടുവാഴിക്കോ വേണ്ടി വളർത്തപ്പെടുന്ന കന്നിമാരെ വീരപുരുഷന്മാർ സ്വന്തമാക്കുകയും, അതിനെത്തുടർന്ന് പോരാട്ടമുണ്ടാകുകയും ചെയ്യുന്നതായി ആഖ്യാനം ചെയ്യുന്നവയാണ്

രണ്ടാമത്തെ ഇനം. തെക്കൻ തിരുനെല്ലൂർ കുഞ്ഞിക്കോമപ്പൻ, അരിങ്ങളേരി കോമപ്പൻ, തെക്കൻ കൈതേരി ചന്തു, തലച്ചേരിക്കോട്ട കുഞ്ഞിക്കോമപ്പൻ, കോഴിക്കോടൻ കുഞ്ഞിക്കണ്ണൻ, കൊടുമല കുഞ്ഞിക്കണ്ണൻ, പാലാട്ട് കോമന്നോർ തുടങ്ങിയവരുടെ കഥകൾ ആ വഴിക്കുള്ളതാണ്.

പുലി, ആന, പാമ്പ്, മുതല തുടങ്ങിയ ഹിംസ്രജീവികളെ മരുന്നും ശക്തിയും കൊണ്ട് കീഴ്പ്പെടുത്തിയ വീരപരാക്രമികളെക്കുറിച്ചുള്ളവയാണ് മൂന്നാമത്തെ ഇനം. കാനാക്കണ്ണൻ, തിരുനെല്ലികുഞ്ഞിക്കുങ്കൻ, പുലിക്കോട്ടേൽ കുട്ടിനമ്പ്ര്, തെക്കറ് മലവാണ കണ്ണൻ, കച്ചൂരക്കോട്ട വാണ അനന്തൻ, കാക്കാത്തുരുത്തുമ്മൽ കുങ്കി, അടുക്കാടൻ രാമൻ, ആലിക്കുട്ടി തുടങ്ങിയവരുടെ കഥകൾ അതിന് ഉദാഹരണങ്ങളാണ്.

വാരമോ പാട്ടമോ വായ്പയോ വീരപരാക്രമികളുടെ സഹായത്തോടെ പിരിപ്പിക്കുകയോ തിരിച്ചു വാങ്ങുകയോ ചെയ്യുന്നതായി വർണ്ണിക്കുന്ന കഥകൾ നാലാമതൊരിനമാണ്. എള്ളനെരിഞ്ഞേരി കുഞ്ഞിക്കണ്ണൻ, ചെറുവത്തൂർ കുടക്കൽ കുഞ്ഞിക്കണ്ണൻ, കോറോത്ത് കുടക്കൽ ചിണ്ടൻ, പെരുവാണ്യം കോറോത്ത് കുഞ്ഞിരാമറ് എന്നിവരെ സംബന്ധിച്ച പാട്ടുകഥകൾ അപ്രകാരമുള്ളവയാണ്.

പടയാളികളുടെ പടയ്ക്കുള്ള പുറപ്പാട്, അക്രമികളെ അമർച്ച ചെയ്യൽ, ചില പരാക്രമികളുടെ അതിക്രമപ്രവർത്തനങ്ങൾ, കിടമത്സരങ്ങൾ തുടങ്ങിയവ ആഖ്യാനംചെയ്യുന്ന കഥകൾ വീരകഥപ്പാട്ടുകളിൽ കാണാം. കമിച്ചേരി കോവിലകം കുഞ്ഞിക്കണ്ണൻ, കോറോത്ത് കുടക്കൽ കുഞ്ഞിക്കണ്ണൻ, മാവിലക്കണ്ണൻ, എടച്ചേരിത്തോട്ടത്തിൽ കുഞ്ഞിക്കേളപ്പൻ, നാളോൻ പുതിയവീട്ടിൽ കേളു, പൂങ്കാവിൽ കുഞ്ഞിക്കണ്ണൻ തുടങ്ങിയവരെക്കുറിച്ച് ഇപ്രകാരമുള്ള പാട്ടുകളുണ്ട്.

വടക്കൻപാട്ടുകഥകളിലെ വീരകഥപ്പാട്ടുകളിൽ മറ്റൊരിനം, അഹങ്കാരമോ ചൂളത്തരമോ കാട്ടിയ സ്ത്രീകളെ നിലയ്ക്കുനിർത്തിയ വീരപുരുഷന്മാരെക്കുറിച്ചോ, തന്നെയോ തന്റെ ഭാര്യയെയോ വഞ്ചിക്കുവാനോ സ്വാധീനിക്കുവാനോ നോക്കിയ രാജാവിനോടോ മറ്റു വ്യക്തികളോടോ തുല്യമായ പ്രതികാരം ചെയ്ത വീരപുരുഷന്മാരെക്കുറിച്ചോ ആഖ്യാനം ചെയ്യുന്നവയാണ്. പൊന്മലക്കോട്ടയിൽ കുഞ്ഞിക്കണ്ണൻ, കുറ്റ്യേരിടം കുങ്കൻ, മണിയമ്പലം കുഞ്ഞൻവാവു, കരുംപറമ്പിൽ കണ്ണൻ, ആതി അനന്തോത്ത് കുഞ്ഞിക്കണ്ണൻ, കുറുങ്ങിലോട്ടു കണ്ണൻ, വെള്ളിമല കുഞ്ഞിക്കണ്ണൻ തുടങ്ങിയവരുടെ കഥകൾ ഈ വിഭാഗത്തിൽപ്പെടുന്നു.

ചതിക്കിരയായ പടവീരന്മാരുടെ കഥകളും എടുത്തുപറയത്തക്കവയാണ്. രാജാവിനാലോ, രാജസേവകരാലോ, സ്വന്തം ഭാര്യയാലോ ചെയ്യപ്പെട്ടതാകാം വഞ്ചന. ചേമ്പയിൽ കുങ്കൻ, പൂവള്ളൂർ കണ്ണൻ, പുതുനാടൻ ചന്തു തുടങ്ങിയവരുടെ കഥകൾ ഇതിനുദാഹരണമാണ്.

സോമേശ്വരിയമ്മ, വീരരമ്മ, വൈരജാതൻ, ഉക്കണ്ടൻ, ഏരിയത്തു കണ്ണൻ തുടങ്ങിയവരെക്കുറിച്ചുള്ള പാട്ടുകഥകൾ അലൗകിക സംഭവ

ങ്ങൾ നിറഞ്ഞവയാകയാൽ 'ദിവ്യകഥപ്പാട്ടു'കളായി പരിഗണിക്കാമെങ്കിലും, അവയിൽ വീരഭാവവും കളിയാടുന്നുണ്ട്.

### തെക്കൻപാട്ടുകഥകൾ

തെക്കൻ തിരുവിതാംകൂറിൽ പ്രാചുര്യത്തിലുള്ള കഥാഗാനങ്ങളെയാണ് സാഹിത്യചരിത്രകാരന്മാർ 'തെക്കൻപാട്ടു'കളെന്ന് വിളിച്ചുവരുന്നത്. അവയിൽ മിക്കതും വില്ലുകൊട്ടി(വില്ലടിച്ചാൻ) പാട്ടുകളത്രെ. പ്രാകൃതത്തമിഴുകലർന്ന ഭാഷാരീതിയാണ് അവയിൽ പ്രായേണ കാണുന്നത്. ബാധാപ്രീതീകരങ്ങൾ, ദേശചരിത്രപരങ്ങൾ, ദേവതാരാധനാപരങ്ങൾ എന്നിങ്ങനെ തെക്കൻ പാട്ടുകളെ വർഗ്ഗീകരിക്കാം.

തെക്കൻപാട്ടുകഥകളിൽ 'കേൾവിപ്പാട്ടു'കളും 'ബാധപ്പാട്ടു'കളുമുണ്ട്. വിവാഹാദികൾക്ക് പാടുന്നവ 'കേൾവിപ്പാട്ടു'കളും ക്ഷേത്രങ്ങളിലും പരദേവതാസ്ഥാനങ്ങളിലും പാടുന്നവ 'ബാധപ്പാട്ടു'കളുമാണ്. ധീരന്മാരും ദേശഭക്തന്മാരും പതിവ്രതകളും അപമൃത്യുവിന്നരയായാൽ അവർ മാടൻ, യക്ഷി തുടങ്ങിയ ദുർദ്ദേവതാരൂപങ്ങൾ കൈക്കൊള്ളുമത്രെ. പൂർവ്വാപദാനങ്ങൾ വാഴ്ത്തി അവരെ പ്രീതിപ്പെടുത്തേണ്ടത് ഐഹികക്ഷേമത്തിന് അത്യാവശ്യമാണെ'[5]ന്ന വിശ്വാസം അവയ്ക്കുപിന്നിലുണ്ട്.

ഇരവിക്കുട്ടിപ്പിള്ളപ്പോര് (കണിയാംകുളം പോര്), കന്നടിയൻ പോര്, ഉലകുടപെരുമാൾപാട്ട്, പുരുഷാ ദേവിയമ്മപ്പാട്ട്, അഞ്ചു തമ്പുരാൻ പാട്ട്, മൂവോട്ടു മല്ലൻകഥപ്പാട്ട്, വലിയകേശിക്കഥപ്പാട്ട് തുടങ്ങിയ തെക്കൻപാട്ടുകൾ പടയുടെയോ പോരിന്റെയോ രക്തച്ചൊരിച്ചിലിന്റെയോ കഥകളാണ്. കണിയാങ്കുളത്തുപോരിൽ രാമപ്പയ്യനോട് എതിരിട്ട് വീരസ്വർഗ്ഗം പ്രാപിച്ച വീരനാണ് ഇരവിക്കുട്ടിപ്പിള്ള. തന്റെ മാർഗ്ഗനിരോധം വകവയ്ക്കാതെ തന്റെ നാട്ടിലൂടെ തീർത്ഥയാത്രയ്ക്കൊരുങ്ങിയ ചെമ്പൻമുടി മന്നനുമായി യുദ്ധം ചെയ്യുകയും, ആ പോരിൽ തന്റെ വയറുപിളർന്ന് കുഞ്ഞിനെ എടുത്ത് രാജാവിന്റെ നേർക്കെറിയുകയും ചെയ്ത പുരുഷാദേവിയുടെ കഥപോലുള്ള പാട്ടുകഥകൾ അപൂർവ്വമായേ കാണുവാൻ കഴിയൂ. ചാമുണ്ഡിക്കഥപോലുള്ള ദേവതാ ചരിതങ്ങളിലും വീരരൗദ്രഭാവങ്ങൾ കളിയാടുന്നുണ്ട്.

### കാണിപ്പാട്ട്

തിരുവിതാംകൂറിലെ മലപ്രദേശങ്ങളിൽ വസിക്കുന്നവരാണ് കാണിക്കാർ. ഈ വർഗ്ഗക്കാരെ 'മലയരയർ' എന്നും പറയും. അവർ ശത്രുസംഹാരപരമായ മാന്ത്രിക കർമ്മങ്ങൾക്കു പാടുന്ന 'ചാറ്റുപാട്ടു'കളിലൊന്നാണ് 'കാണിപ്പാട്ട്'. കൊക്രാവാദ്യം മുഴക്കിക്കൊണ്ടാണ് പാടുക. ഈ 'കൊക്രാച്ചാറ്റുപാട്ടിന്' 'കല്ലണപ്പോരുപാട്ട്' എന്നും 'കരുമ്പാണ്ടിത്തോറ്റമെന്നും' പേരുകളുണ്ട്. കാണി - അരയ സംഘത്തിലെ ഒരു പ്രമാണിയായിരുന്ന വീരപ്പനരയന്റെ വീരാപദാനങ്ങളാണ് ചരിത്രപ്രാധാന്യമുള്ള ഈ പാട്ടിൽ ആഖ്യാനം ചെയ്യുന്നത്.

ആറ്റിങ്ങൽ തമ്പുരാന് വനവിഭവങ്ങൾ കാഴ്ചവയ്ക്കുന്ന പതിവിന് മുടക്കം വന്നതിനാൽ, തമ്പുരാൻ മാത്തുക്കുട്ടി വലിയപിള്ളയെ വീരപ്പനരയന്റെ അടുത്തേക്കയച്ചു. അതനുസരിച്ച് വീരപ്പനരയനും എഴുപത്തിരണ്ടു കാണിപ്പറ്റും പോയെങ്കിലും അഞ്ചു ദിവസം കാത്തിരുന്നിട്ടും തമ്പുരാനെ കാണാൻ കഴിഞ്ഞില്ല. ഒടുവിൽ, വീരപ്പൻ സിദ്ധൗഷധപ്രയോഗത്താൽ പല അത്ഭുതങ്ങളും കാട്ടി. അതോടെ തമ്പുരാൻ ആ കാണിത്തലവന് 'വീരമാർത്താണ്ഡനരയൻ' എന്ന സ്ഥാനപ്പേരും ചില സമ്മാനങ്ങളും നല്കി പറഞ്ഞയച്ചു.

വീരപ്പൻ ഒരു കല്യാണത്തിന് പാണ്ടിയിലെ പ്രമാണികളെ ക്ഷണിച്ചു. അവർ പങ്കെടുക്കാത്തതിനാൽ, പ്രതികാരമെന്നോണം പാണ്ടിനാട്ടിലേക്കുള്ള വെള്ളം അണകെട്ടി നിർത്തി. എന്നിട്ടും വെള്ളം ഒഴുകിക്കൊണ്ടിരുന്നു. ദേവതയായ കാലമാടൻ തുള്ളിയുറഞ്ഞ്, വീരപ്പന്റെ സഹോദരിയായ കരുമ്പാണ്ടിയെ ബലിയർപ്പിച്ചാൽ അണ ഉറയ്ക്കുമെന്ന് കല്പിച്ചു. 'പതിനാറു പൂക്കണി കാണാത്ത' അവൾ ബലിയർപ്പിക്കപ്പെട്ടു. അതോടെ, വെള്ളമൊഴുക്ക് നിലച്ച്, വെള്ളം കിട്ടാതെ പാണ്ടിദേശക്കാർ വിഷമിച്ചുതുടങ്ങി. ആറ്റിങ്കൽ തമ്പുരാനോട് അവർ സങ്കടം പറഞ്ഞു. അണ തുറപ്പിക്കാനെത്തിയ മാത്തുക്കുട്ടിപ്പിള്ളയുമായി വീരപ്പനരയൻ ഏറ്റുമുട്ടുകയും, ആഭിചാരപ്രയോഗം കൊണ്ട് മാത്തുക്കുട്ടിപ്പിള്ളയെ കൊല്ലുകയും ചെയ്തു. ആ വീരകഥപ്പാട്ട് ഒരു ശോകാന്തകഥകൂടിയാണ്.

## മറ്റു ചില വീരകഥപ്പാട്ടുകൾ

*ഇടനാടൻ എന്ന ഒരു പുലയനെക്കുറിച്ച് അനേകം പാട്ടുകൾ പാടി വരുന്നുണ്ടെന്ന് കേരള സാഹിത്യചരിത്രത്തിൽ പ്രസ്താവിച്ചുകാണുന്നു.*[6] അമ്പലപ്പുഴ മാമലശ്ശേരി രാമച്ചപ്പണിക്കരുടെ ശിഷ്യനത്രെ ആ യുവാവ്. രാമച്ചപ്പണിക്കർക്ക് 'കോതവെള്ളാട്ടി'യിൽ പിറന്ന മകനാണ് ഇടനാടനെന്നും, അവൻ ഒരു പുലയനല്ലെന്നുമാണ് ഒരു പാട്ടിൽ പ്രസ്താവിക്കുന്നത്. ചുങ്കം, പാട്ടം മുതലായവ പിരിക്കുകയെന്നത് ഒരു വീരകൃത്യമായി കരുതപ്പെടുന്ന സന്ദർഭങ്ങൾ വിരളമല്ല. ഇടനാടൻ 'തണ്ണീർമുക്കത്തൊരു ചുങ്കപ്പുരകെട്ടി', ചുങ്കം പിരിച്ച്, 'വീരിയത്തോടവിടെ വാഴു'ന്നതായി പാട്ടിൽ വർണ്ണിക്കുന്നുണ്ട്. തമ്പുരാൻ തിരുമേനിയെ കാണണമെന്ന് അവൻ ആഗ്രഹിച്ചു. കോപ്പുകളുമായി അവൻ ചെന്ന്, 'കോട്ട തുറന്ന് വഴി തരിക വേണം' എന്ന് കാവല്ക്കാരോട് ആവശ്യപ്പെട്ടു. കോട്ട തുറക്കപ്പെടാത്തതിനാൽ കുപിതനായി അവൻ വാതിൽ ചവിട്ടിത്തകർത്ത് അകത്ത് കടന്നുവത്രെ.

*ഇടപ്പള്ളി ദേശക്കാരനായ അതിയാരുപിള്ള എന്ന ഒരു പുലയന്റെ വീരപരാക്രമങ്ങളെ ആഖ്യാനം ചെയ്യുന്ന സുദീർഘമായൊരു ഗാനമുണ്ടെന്ന് മഹാകവി ഉള്ളൂർ രേഖപ്പെടുത്തിയിട്ടുണ്ട്.* [7]മലനാട്ടിൽ പ്രമാണികളായ വള്ളുന്മാരിൽ ആരുടെയെങ്കിലും തറവാട്ടിൽനിന്ന് വിവാഹം

കഴിക്കണമെന്ന അമ്മയുടെ ആഗ്രഹമറിഞ്ഞ് അതിനായി അതിയാരു പിള്ള ശ്രമിച്ചതായും, ആ ശ്രമം സഫലമാകാത്തതിനാൽ പാണ്ടിയിൽ നിന്ന് ജാത്യാചാരമനുസരിച്ച് പെണ്ണിനെ അപഹരിച്ചുകൊണ്ടുവന്നതായും ആ പാട്ടിൽ ആഖ്യാനംചെയ്യുന്നു.

അധ:സ്ഥിത സമുദായത്തിൽപ്പെട്ട ചെങ്ങന്നൂർ ആദി എന്ന ഒരുപരാക്രമിയെക്കുറിച്ച് പാട്ടുകൾ പ്രാചുര്യത്തിലുണ്ട്. പതിനെട്ടുകളരിയിലും പയറ്റി വിജയിച്ച ആദി, പാലുവൻ കോയ്മയുമായി പൊരുതത് പാട്ടിൽ വർണ്ണിക്കപ്പെട്ടിട്ടുണ്ട്.

ഉത്തരകേരളത്തിലെ കാവുകളിലും ദേവീക്ഷേത്രങ്ങളിലും മീനപ്പൂരത്തിന് സമാപിക്കത്തക്കവിധം ഒമ്പതു നാളുകളിൽ ആടിപ്പാടിക്കളിക്കുന്ന അനുഷ്ഠാനകലയാണ് പൂരക്കളി. ചില 'കഴക'ങ്ങളിൽ പൂരക്കളിയുടെ അംഗമായി അങ്കം, പട എന്നീ രംഗങ്ങൾ പതിവുണ്ട്. ഇവയ്ക്കുപാടുന്ന പാട്ടുകൾ പ്രായേണ വീരരസപ്രധാനങ്ങളായിരിക്കും. 'അങ്കം പടയുദ്ധം' പാടിക്കളിക്കുന്നത് ദേവീദേവന്മാർക്കുപോലും ഇഷ്ടപ്രദമാണെന്ന് പാട്ടുകളിൽ പ്രസ്താവിച്ചുകാണാം.

വീരകഥപ്പാട്ടുകളെക്കുറിച്ചു ചിന്തിക്കുമ്പോൾ മാപ്പിളപ്പാട്ടുകളെ വിസ്മരിക്കുവാൻ സാദ്ധ്യമല്ല. മാപ്പിളപ്പാട്ടുകളിൽ മുഖ്യമായൊരിനമാണ് പടപ്പാട്ടുകൾ. യുദ്ധം, പട, മത്സരം, പരാക്രമം എന്നിവയെ വർണ്ണിക്കുന്ന ഗാനങ്ങൾ കുറവല്ല. 'സഖ്വും പടപ്പാട്ട്' എന്ന ഗാനമത്രെ ആദ്യത്തെ പടപ്പാട്ട്. ബദർപടപ്പാട്ട്, ഉഹദ്പടപ്പാട്ട്, മലപ്പുറം പടപ്പാട്ട്, ഹിജ്ര് പടപ്പാട്ട് തുടങ്ങിയവ പ്രശസ്തങ്ങളാണ്. ചരിത്രപ്രാധാന്യമുള്ളവയത്രെ ഈ പാട്ടുകൾ.

ഇതിഹാസ - പുരാണാവലംബികളായ പാട്ടുകളിൽ വീരാപദാനങ്ങൾ കണ്ടെത്താൻ പ്രയാസമില്ല. അനുഷ്ഠാനപരമായ ഗാനങ്ങളിൽ പലതിലും ദേവതകളുടെ വീരപരാക്രമങ്ങൾ ആഖ്യാനം ചെയ്തുകാണാം. ഭദ്രകാളിപ്പാട്ട്, ചാമുണ്ഡിക്കഥപ്പാട്ട്, അയ്യപ്പൻപാട്ട്, വാവർപാട്ട്, വേട്ടയ്ക്കൊരുമകൻപാട്ട്, ദൈവത്താർപാട്ട്, തീയാട്ട്പാട്ട് തുടങ്ങിയവയിലെല്ലാം വീരാപദാനങ്ങൾ അടങ്ങിയിട്ടുണ്ട്.

മലയാളത്തിലെ വീരകഥപ്പാട്ടുകളിൽ മുഖ്യമായൊരിനമാണ് ഉത്തരകേരളത്തിലെ തെയ്യാട്ടത്തിനും തിറയാട്ടത്തിനും പാടുന്ന തോറ്റംപാട്ടുകൾ. ആ വീരപുരാവൃത്തങ്ങളുടെ സവിശേഷതയെന്തെന്ന് പരിശോധിക്കാം.

# തെയ്യാട്ടത്തിലെ വീരാരാധന

**അ**നുഷ്ഠാനപരമായ നർത്തനകലാ നിർവ്വഹണമാണ് തെയ്യാട്ടം. സാധാരണക്കാരുടെ ആരാധനാ സമ്പ്രദായമാണതെന്ന് പറയാം. ദേവീദേവന്മാർ, ഗന്ധർവ്വാദികൾ, നാഗാദി തിര്യക്കുകൾ, ഭൂതപ്രേതാദികൾ, ഇതിഹാസ പുരാണകഥാപാത്രങ്ങൾ, മൺമറഞ്ഞ പൂർവ്വികർ, സതീരത്നങ്ങൾ, വീരപുരുഷന്മാർ തുടങ്ങിയവരുടെ സങ്കല്പങ്ങളിൽ കോലം കെട്ടിയാടിച്ച് ആരാധിക്കുകയാണ് ഇതിന്റെ പ്രത്യേകത. ശക്ത്യാരാധന, ശൈവാരാധന, നാഗാരാധന, മൃഗാരാധന, ഭൂതാരാധന, ഗന്ധർവ്വാരാധന, യക്ഷീപൂജ, വൈഷ്ണവാരാധന എന്നിവയെപ്പോലെ പരേതാരാധന, പൂർവ്വികാരാധന, വീരാരാധന എന്നിവയും തെയ്യാട്ടത്തിന്റെ രംഗത്ത് നിലനില്ക്കുന്നുണ്ട്. പരേതാരാധനയും പൂർവ്വികാരാധനയും വീരാരാധനയും ചിലപ്പോൾ കൂടിക്കലർന്നുവരാം.

തെയ്യാട്ടത്തിന്റെ രംഗത്തുള്ള വീരാരാധനയ്ക്കുതന്നെ തരഭേദം കാണാം. ദേവാംശഭൂതങ്ങളായ വീരദേവതകളാണ് ഒരിനം. അസുരന്മാരോടു പോരാടുകയും അവരുടെ ശിരസ്സറുത്ത് രക്തം കുടിച്ച് പുളച്ച് രക്തത്തിൽ മുഴുകി നർത്തനം ചെയ്യുകയും ചെയ്ത കാളി(അമ്മ ദൈവം -ചാമുണ്ഡി-ഭഗവതി)യുടെ വിവിധ രൂപാന്തരങ്ങൾ തെയ്യാട്ടത്തിന്റെ രംഗത്ത് പ്രത്യക്ഷപ്പെടാറുണ്ട്. അങ്കക്കുളങ്ങര ഭഗവതി, രക്തചാമുണ്ഡി, ചൂളിയാർ ഭഗവതി, മൂവാളം കുഴിച്ചാമുണ്ഡി, ഒറവങ്കര ഭഗവതി, പടക്കെത്തിഭഗവതി തുടങ്ങിയവർ അതിന് ദൃഷ്ടാന്തമാണ്. വേട്ടയ്ക്കൊരു മകൻ, മടിയൻ ക്ഷേത്രപാലൻ, വൈരജാതൻ, ഊർച്ചഴച്ചി, തെക്കൻ കരിയാത്തൻ, കുട്ടിച്ചാത്തൻ, വയനാട്ടു കുലവൻ, പൂതൃവാടി കന്നിക്കൊരുമകൻ, ഇളംകരുമകൻ, വിഷ്ണുമൂർത്തി തുടങ്ങിയവർ ദൈവാംശഭൂതമായ വീരപരാക്രമികളെന്ന നിലയിലാണ് തെയ്യാട്ടത്തിൽ പ്രത്യക്ഷപ്പെടുന്നതും, തെയ്യത്തോറ്റങ്ങളിൽ പ്രകീർത്തിക്കപ്പെടുന്നതും.

മരണമടഞ്ഞ വീരപുരുഷന്മാരാണ് മറ്റൊരിനം. മനുഷ്യനായി ജനിച്ച്, മരണാനന്തരം ദൈവീകതയിലേക്ക് ഉയർന്ന് ആരാധനാ പാത്രമായിത്തീർന്ന 'വീരന്മാർ' തെയ്യാട്ടത്തിൽ കുറവല്ല. മരിച്ച മനുഷ്യൻ തെയ്യാട്ടത്തിലും തോറ്റംപാട്ടിലും ജീവിക്കുന്നു. മരിച്ചവരുടെ തിരിച്ചുവരവാണത്. *മരണാനന്തരജീവിതത്തെയും ആത്മാവിനെയുംകുറിച്ചുള്ള വിശ്വാസമാണ് അതിന് അവലംബം*[8].

തിയ്യർ, നായർ, ബ്രാഹ്മണർ, പുലയർ, പറയർ, മാവിലർ തുടങ്ങി വിവിധ സമുദായങ്ങളിൽപ്പെട്ടവർ വീരാരാധനയ്ക്ക് പാത്രമായിട്ടുണ്ട്. യുദ്ധപരാക്രമികളും നായാട്ടു വിദഗ്ദ്ധരുമായ വീരപുരുഷന്മാരാണ് അങ്കക്കാരൻ, കരിവഞ്ചാൽ ദൈവത്താർ, കരിന്തിരി നായർ, കതുവനൂർ വീരൻ, കുടിവീരൻ, തുളുവീരൻ, പടവീരൻ, മുരിക്കഞ്ചേരി കേളുനായർ തുടങ്ങിയവർ. വടക്കൻപാട്ടുകഥകളിൽ പ്രകീർത്തിതരായ തച്ചോളി ഉദയൻ, പയ്യമ്പള്ളി ചന്തു എന്നിവരുടെ കോലവും കെട്ടിയാടിക്കപ്പെടുന്നുണ്ട്.

ഗുരുകാരണവ പൂജയും വീരാരാധനയും പലപ്പോഴും കലർന്നുവരാം. പുലയർക്കിടയിലുള്ള പല തെയ്യങ്ങളും അപ്രകാരമുള്ളവയാണ്. കാരിക്കുരിക്കൾ, മരുതിയോടൻ കുരിക്കൾ, വട്ട്യൻ പൊള്ള, തേവര് വെള്ളയൻ തുടങ്ങിയ തെയ്യങ്ങൾ വീരാരാധനയ്ക്ക് തെളിവാണ്.

പുലയജാതിയിൽ ജനിച്ച കാരിയാണ് 'പുലിമറഞ്ഞ തൊണ്ടച്ചൻ' എന്ന പേരിൽ പുലയരുടെ ആരാദ്ധ്യദേവതയായത്. തിരുവർകാട്ടുകാവിലെ 'കാക്കത്തൊള്ളായിരം' അടിയാൻ കൂറിൽ നിന്നാണ് കാവിൽ വള്ളിക്കുടിച്ചി, കാവിൽ മണിയൻ കുഞ്ഞിക്കരിമ്പൻ എന്നിവരെ കൃഷിപ്പണിക്കുവേണ്ടി കുഞ്ഞിമംഗലത്ത് പാർന്താട്ട് ചേണിച്ചേരി കുഞ്ഞമ്പുനായർ കൂട്ടിക്കൊണ്ടുവന്നത്. വള്ളിക്കുടിച്ചിയുടെയും കരിമ്പന്റെയും മകനായിട്ടാണ് കാരി ജനിച്ചത്. ചേണിച്ചേരി നായരുടെ നിർദ്ദേശപ്രകാരം ചെമ്പ്ടാർ കുരിക്കളുടെ കീഴിൽ അക്ഷരവിദ്യ പഠിച്ചു. കളരിവിദ്യ പഠിക്കുവാൻ പുലയന് പ്രവേശനമില്ല. ചേണിച്ചേരി നായർ തന്റെ പേരും വീട്ടുപേരും പറഞ്ഞ് കളരിക്കുപോകുവാനാണ് ഉപദേശിച്ചത്. പതിനെട്ടുകളരിയിലും പഠിച്ച കാരി ചോതിയാൻ കളരിയിൽച്ചെന്ന് ആൾമാറാട്ട വിദ്യയും മറ്റും പഠിച്ചു, തിരിച്ചുവന്ന കാരി മന്ത്രവാദിക്കുരിക്കളായി അറിയപ്പെട്ടു. അള്ളടം തമ്പുരാന് പിടിപെട്ട 'ആഥിയും പിരാന്തും' നീക്കുവാൻ മറ്റൊരുമന്ത്രവാദിക്കും കഴിഞ്ഞില്ല. തമ്പുരാന്റെ അസുഖം മാറ്റിയ കാരിക്ക് മുൻ വാഗ്ദാന പ്രകാരമുള്ള വസ്തുക്കൾ കൊടുക്കണമെങ്കിൽ പുലിപ്പാലും നരിച്ചിടയും കൊണ്ടുവരണമെന്നാണ് തമ്പുരാക്കന്മാർ കല്പിച്ചത്. കാരിക്കുരിക്കൾ ഭാര്യയുടെ അടുത്തുചെന്ന്, താൻ പുലിവേഷമെടുക്കുവാൻ പോകയാണെന്നും തിരിച്ചുവന്നാൽ ആ വേഷം മാറാനുള്ള പ്രതിക്രിയ ചെയ്യണമെന്നും പറഞ്ഞാണ് പോയത്. പുലിവേഷമെടുത്ത് പുലിപ്പാലും പുലിച്ചിടയും കൊണ്ടുവന്ന് രാജധാനിയുടെ വാതില്ക്കൽ കാഴ്ചവച്ചശേഷം ഭാര്യാഗൃഹത്തിലെത്തി. പക്ഷേ, ഭയപ്പെട്ട് ഭാര്യ വാതിൽ തുറന്നില്ല. പുലിവേഷത്തിലുള്ള കാരിക്കുരിക്കൾ അകത്ത് തള്ളി

ക്കടന്ന് ഭാര്യയെ പിളർന്ന് കൊന്ന് അവിടെനിന്ന് അപ്രത്യക്ഷനായി പുലിപാതാളത്തിലമർന്നു. തമ്പുരാന് വീണ്ടും അസുഖമുണ്ടായി. പുലിവേഷം മറഞ്ഞ തൊണ്ടച്ചന്റെ കോപമാണതിനു കാരണമെന്ന് രാശിമുഖേന തെളിഞ്ഞു. കുരിക്കളുടെ കോലം കെട്ടിയാടിക്കണമെന്ന് ദൈവജ്ഞൻ വിധിച്ചു. പുലിമറഞ്ഞ തൊണ്ടച്ചന്റെ തെയ്യംകെട്ടിയാടിക്കുവാൻ തുടങ്ങിയത് അപ്രകാരമത്രെ.

ഉത്തരകേരളത്തിലെ പുലയരുടെ മറ്റൊരു ആരാദ്ധ്യപുരുഷനാണ് മരുതിയോടൻ കുരിക്കൾ. ചേലേരി കോവിലകത്തെ തമ്പുരാന്റെ അടിയാനായ കുഞ്ഞിവിരുന്തനെ പുത്തില്ലിടം തമ്പുരാൻ വിലയ്ക്കുവാങ്ങി വളർത്തി. വിദ്യകളെല്ലാം അവനെ പഠിപ്പിച്ചു. അവിടത്തെ ചെറിയകുട്ടി അക്കമ്മ അവനെ ഇഷ്ടപ്പെട്ടു. എന്നാൽ, വിരുന്തൻ അവളുടെ ആഗ്രഹങ്ങൾക്ക് വഴങ്ങിയില്ല. അവൾ അവന്റെ പേരിൽ ദുരാരോപണം ചുമത്തുവാൻ തുടങ്ങി. തമ്പുരാന്റെ ആൾക്കാർ വിരുന്തനെ പിടിച്ചടിച്ചു. തന്നെ കൊല്ലണമെങ്കിൽ നെറ്റിയിലും കൈത്തണ്ടയിലുമുള്ള മരുന്നെടുത്തു കളയണമെന്ന് അവൻ തന്നെ പറഞ്ഞുകൊടുത്തു. അപ്രകാരം, അവനെ തോളൂർ മരുതിന്റെ കൊമ്പത്ത് കെട്ടിത്തൂക്കി. അന്നു രാത്രി തമ്പുരാന് ഭ്രാന്ത് പിടിപെട്ടു. രാശിമുഖേന വിരുന്തന്റെ കോപമാണെന്ന് മനസ്സിലായി. അതോടെ വിരുന്തന്റെ കോലം കെട്ടിയാടിച്ചുതുടങ്ങി. മരുതിയോടൻ കുരിക്കൾത്തെയ്യം എന്നാണ് അതിനു പേർ പറയുന്നത്.

പുലയരുടെ ഒരു കാരണവർത്തെയ്യമാണ് വട്ട്യൻപൊള്ള. ഒരു വീരപരാക്രമിയായിട്ടാണ് തെക്കൻ ചേരി പൊള്ളയെ തോറ്റംപാട്ടിൽ പ്രകീർത്തിച്ചിട്ടുള്ളത്. ചിറക്കൽ തമ്പുരാന്റെ എട്ടിക്കുളത്തും ബേക്കലത്തുമുള്ള കോട്ടകൾ പറങ്കികളും ഇംഗ്ലീഷുകാരും ആക്രമിച്ച് കൈയടക്കിയപ്പോൾ, അവർക്കെതിരായി പടനയിക്കാൻ ചിറയ്ക്കലോ അറയ്ക്കലോ പടത്തലവന്മാരില്ലായിരുന്നു. വട്ട്യൻപൊള്ള പട തടുക്കുവാൻ പുറപ്പെട്ടു. ഒരു സൂത്രപ്രയോഗമാണ് പൊള്ള അവലംബിച്ചത്. തെങ്ങിന്റെ മടലെടുത്ത് വാളിന്റെയും തോക്കിന്റെയും ആകൃതിയിൽ മുറിച്ചെടുത്ത് കരിതേച്ചു. കോട്ടകൾക്കു ചുറ്റും വെള്ളക്കാർ അറിയാതെ വാഴത്തടയും മുളങ്കമ്പും മുളകും വയ്ക്കോലും സജ്ജമാക്കി. അകലെനിന്നു നോക്കുമ്പോൾ പട നിരന്നതാണെന്നേ തോന്നൂ. വൈക്കോലിന് തീ കൊടുത്തപ്പോൾ കോട്ടയ്ക്കുള്ളിലേക്ക് പുക കയറി. വെള്ളക്കാരാകട്ടെ കോട്ടകൾ വിട്ട് ഓടിപ്പോയി. പൊള്ളയുടെ ഈ ധീരകൃത്യം കണ്ട് ചിറയ്ക്കൽത്തമ്പുരാനും അറയ്ക്കൽ തങ്ങളും അയാൾക്ക് വിരുതും വീരശൃംഖലയും സമ്മാനിച്ചുവത്രെ.

കോഴിക്കോട് ജില്ലയിലെ പുലയരുടെ ഒരാരാദ്ധ്യപുരുഷനാണ് തേവര് വെള്ളയൻ. ചോയി(യോഗി)ക്കളരിയടക്കമുള്ള പല കളരികളിലും പഠിച്ചവനാണ് വെള്ളയൻ. ഒരിക്കൽ പുഴ കടക്കാൻ തോണി ഇല്ലാതെ വന്നപ്പോൾ മുതലയെ ജപിച്ചുവരുത്തി അതിന്റെ പുറത്ത് കയറിയാണ് പുഴ കടന്നത്. നാട്ടുകോയ്മയുടെ അനിഷ്ടത്തിനു പാത്രമായ വെള്ള

യനെ കൊല്ലുവാൻ ശ്രമിച്ചുവെങ്കിലും അവന് വെട്ടുകളേറ്റില്ല. തമ്പുരാൻ കൊടുക്കാറുള്ള അവകാശങ്ങൾ നിഷേധിക്കപ്പെട്ടപ്പോൾ അവൻ തമ്പുരാന്റെ വയലിൽച്ചെന്ന് നെല്ല് കൊയ്തെടുക്കുകയുണ്ടായി. വെള്ളയനെ അമർച്ച ചെയ്യുവാൻ തമ്പുരാൻ തച്ചോളി ഉദയനനെ വരുത്തിയെങ്കിലും, വെള്ളയനെ പരാജയപ്പെടുത്തുവാൻ കഴിഞ്ഞില്ല. തേവര് വെള്ളയൻ എന്ന പേരിൽ പുലയർ തിറകെട്ടിയാടി വരുന്നുണ്ട്. തോറ്റംപാട്ടിലെന്ന പോലെ വടക്കൻപാട്ടുകഥകളിലും തേവര് വെള്ളയന്റെ വീരാപദാനങ്ങൾ വർണ്ണിച്ചുകാണാം.

തെയ്യം - തിറയുടെ രംഗത്ത് വീരാരാധനയ്ക്ക് ഏതാനും ദൃഷ്ടാന്തങ്ങൾ എടുത്തുകാട്ടിയെന്നേയുള്ളൂ. തെയ്യാട്ടത്തിന്റെ രംഗത്ത് വീരാരാധനയ്ക്ക് സ്ഥാനമുണ്ടെന്നും, തോറ്റംപാട്ടുകളിൽ വീരപുരാവൃത്തങ്ങൾ അടങ്ങിയിട്ടുണ്ടെന്നും സൂചിപ്പിക്കുക മാത്രമാണിവിടെ ചെയ്തത്.

# കതുവനൂർ വീരൻതെയ്യം

**ആ**രാധന, ആചാരാനുഷ്ഠാനങ്ങൾ, സങ്കല്പം എന്നിവയിലെന്ന പോലെ രൂപപരമായും തെയ്യങ്ങൾ വൈവിദ്ധ്യാത്മകങ്ങളാണ്. മുഖത്തെഴുത്ത്, മുടി, ഉടയാടകൾ തുടങ്ങിയവ രൂപകല്പന ചെയ്തിട്ടുള്ളത് ദേവതകളുടെ ഭാവചൈതന്യം സ്ഫുരിക്കുംവിധമാണ്.

നീളമുടി, വട്ടമുടി, പീലിമുടി, പുറത്തട്ട്, കൊണ്ടൽമുടി, ഓങ്കാരമുടി തുടങ്ങി 'മുടി'കൾ പലതരത്തിലുണ്ട്. വീരപുരുഷന്മാരെ പ്രതിനിധാനം ചെയ്യുന്ന തെയ്യങ്ങൾക്ക് പ്രായേണ 'പൂക്കട്ടിമുടി'യാണ് ധരിക്കുന്നത്. ഉടുപ്പിന്റെ കാര്യത്തിലും സവിശേഷതകളുണ്ട്. വെളുമ്പൻ, വിതാനത്തറ, കാണി, ഒലിയുടുപ്പ് തുടങ്ങി പലതരം ഉടുപ്പുകളുണ്ട്. 'പൂക്കട്ടിമുടിയുള്ള തെയ്യങ്ങൾക്ക് ചിറകുടുപ്പ്' (വെളുമ്പനും ചിറകും) എന്ന വിശേഷ വസ്ത്രാലങ്കാരമാണ് കാണുന്നത്. 'അടുക്കും കണ്ണിവളയൻ' എന്ന ഒതു പ്രത്യേകതരം ചെറിയ 'വട്ടോട'യും അരയിൽ കെട്ടും. ഓടിന്റെ ഒട്ടിയാണിയും (ഒട്ടിഞാൺ, ഒഡ്യാണം) അരച്ചമയമാണ്.

തെയ്യങ്ങളുടെ നയനസുഭഗമായ വൈവിദ്ധ്യത്തിന് മുഖത്തെഴുത്തും മെയ്യെഴുത്തും കാരണമാകാറുണ്ട്. പ്രാക് എഴുത്ത്, കട്ടാരപ്പുള്ളി, നരികുറിച്ചെഴുത്ത്, വൈരിദ്ദളം, വട്ടക്കണ്ണിട്ടെഴുത്ത്, അഞ്ചുപുള്ളിട്ടെഴുത്ത് എന്നിങ്ങനെ പല പേരുകളിലാണ് മുഖത്തെഴുത്തുകൾ അറിയപ്പെടുക. കതുവനൂർ വീരന്റെ മുഖത്തെഴുത്തിന് 'നാഗംതാത്ത് കുറി' എന്നാണ് പേർ പറയുന്നത്. ചായില്യവും മനയോലയും പ്രത്യേക അനുപാതത്തിൽ ചേർത്ത് മുഖത്ത് തുടിപ്പുണ്ടാകത്തക്കവിധം കട്ടിയിൽ തേക്കും. ഇതിന് 'മഞ്ചണകൂട്ടൽ' എന്നാണ് കലാകാരന്മാർ പറയാറുള്ളത്. കതുവനൂർ വീരൻ തെയ്യത്തിന് ശരീരത്തിൽ അരിച്ചാന്തും അണിയും.

കരിന്താടി വച്ചുകെട്ടുകയെന്നത് ഈ വീരൻ തെയ്യത്തിന്റെ പ്രത്യേ

കതയാണ്. തലപ്പാളി, ചെന്നിമലർ, ചെയ്യാക്ക്, കഴുത്തിൽ കെട്ട്, കൈവള, ചൂടകം, കാല്ച്ചിലമ്പ്, മണിക്കയർ, പറ്റുംപാടകവും തുടങ്ങിയ ചമയ ങ്ങളും ധരിക്കും. പിൻഭാഗത്ത് കോലാങ്കി എന്ന ചമയവും കാണാം.

ചേലയുടുപ്പവൻ ശേഷയും ചാർത്തീട്ടു
ശേഷിച്ചമേനിക്ക് ചാന്തണിയും ദൈവം
ചില്പമത്താടിയും മീശയും ഭംഗിയിൽ
കണ്ടാൽ കതുവനൂർ വീരനല്ലോ ദൈവം
വട്ടപ്പലിശയും വാൾനല്ലിളക്കവും
കേട്ടാൽ കതുവനൂർ വീരനല്ലോ ദൈവം'

എന്നിങ്ങനെ കതുവനൂർ വീരൻ തെയ്യത്തിന്റെ രൂപവർണ്ണന പാട്ടിൽ അട ങ്ങിയിട്ടുണ്ട്. 'വീരൻ തെയ്യ'ങ്ങളുടെ ഒരുത്തമമാതൃകാരൂപ(ടൈപ്പ്)മാണ് ഈ വീരൻതെയ്യമെന്ന് കരുതാം.

## അനുഷ്ഠാന നർത്തനം

തെയ്യാട്ടം അനുഷ്ഠാനനർത്തനമാകുന്നത് അനുഷ്ഠാനങ്ങളുമായി ബാഹ്യമായ ബന്ധം മാത്രം ഉള്ളതുകൊണ്ടല്ല. നർത്തനത്തിലെ ഓരോ അംഗവും അനുഷ്ഠാനാധിഷ്ഠിതമാണ്. ദേവതയുടെ പുരാവൃത്തവുമായി ഈ അനുഷ്ഠാനനർത്തനങ്ങൾക്ക് ബന്ധമുണ്ട്. നർത്തനത്തിന്റെ വിവിധ ഘട്ടങ്ങൾ പുരാവൃത്തത്തിന്റെ കലാസുഭഗമായ ആവിഷ്കരണമോ, അവ യുടെ സൂചനകളോ ആയിരിക്കും.

കതുവനൂർവീരൻതെയ്യം കഴിപ്പിക്കുമ്പോൾ അവിടെ വാഴപ്പോള കൊണ്ട് ഒരു 'തറ' നിർമ്മിച്ച് അലങ്കരിച്ചുനിർത്തുകയും ചില കർമ്മ ങ്ങൾ ചെയ്യുകയും പതിവുണ്ട്. മന്ദപ്പന്റെ (കതുവനൂർവീരന്റെ) ഭാര്യയായ ചെമ്മരത്തിയുടെ സങ്കല്പത്തിലുള്ളതാണ് ആ'തറ'. ചെമ്മരത്തിക്ക് പ്രത്യേകം കെട്ടിക്കോലമില്ല. ചെമ്മരത്തിയുമായുള്ള അടുപ്പവും ബന്ധവും ഒടുവിൽ അവളിൽ നിന്ന് കേട്ട ശൂലവാക്കുകളും ഓർമ്മിപ്പി ക്കുംവിധമായിരിക്കും കതുവനൂർവീരന്റെ ആ 'തറ'യ്ക്കു ചുറ്റുമുള്ള നർത്തനവും അപ്പോഴത്തെ ഭാവപ്രകടനവും . ആ രംഗം എത്രയോ വി കാര നിർഭരവും അർത്ഥപൂർണ്ണവുമാക്കിത്തീർക്കാൻ നല്ലൊരു കോല ക്കാരന് കഴിയും. കതുവനൂർവീരൻ വലിയൊരു പടവീരനാണല്ലോ. ആ നിലയിൽ ഈ തെയ്യം പല പയറ്റുമുറകളും പ്രകടിപ്പിക്കുക പതിവുണ്ട്. അനുഷ്ഠാനത്തിന്റെ ഭാഗമായി നർത്തനത്തിനിടയിൽ ആ തെയ്യം മദ്യം കഴിക്കും.

കതുവനൂർ വീരൻ തെയ്യത്തിന്റെ ആട്ടം ഏകാഭിനയമാണെങ്കിലും, ഒരു വീരപുരാവൃത്തത്തിന്റെ ആവിഷ്കരണം ആ കലാനിർവ്വഹണത്തി ലൂടെ നടക്കുന്നുണ്ടെന്നതാണ് വാസ്തവം. *'മിത്ത് അനുഷ്ഠാനത്തെയും അനുഷ്ഠാനം മിത്തിനെയും അർത്ഥപൂർണ്ണമാക്കുന്നു; അവ ഒന്നുതന്നെ' എന്ന (ഇ ആർ ലീച്ചിന്റെ) അഭിപ്രായം[9] ഇവിടെ സ്മർത്തവ്യമാണ്.*

**പൈതൃകം**

കതുവനൂർവീരൻ തെയ്യത്തെ കെട്ടിയാടിച്ച് ആരാധിക്കുന്നത് മുഖ്യമായും തീയസമുദായക്കാരാണ്. തീയരിൽ ക്ഷുരകവൃത്തിക്കുവേണ്ടി വേർതിരിച്ചു നിറുത്തപ്പെട്ടിരുന്ന 'കാവുതീയരും' ഈ ദൈവത്തിന്റെ ആരാധകരത്രെ. എന്നാൽ, കതുവനൂർവീരൻതെയ്യം കെട്ടിയാടുവാനുള്ള കലാപൈതൃകം വണ്ണാൻസമുദായക്കാർക്കാണുള്ളത്. വണ്ണാൻ തെയ്യംകെട്ടി പുറപ്പെട്ട് പീഠത്തിൽ കയറിനില്ക്കുമ്പോൾ, പ്രത്യേക വ്രതമെടുത്തിരിക്കുന്ന, തീയരിലോ കാവുതീയരിലോപെട്ട ആൾ ദൈവത്തെ 'വരവിളി' (ചൊല്ലുവിളി)ച്ചുകൊണ്ട് പാടിസ്തുതിക്കുകയും അതിന്റെ അന്ത്യത്തിൽ തണ്ഡുലാരാധന നടത്തുകയും ചെയ്യും.

'അക്ഷതമക്ഷണം ആരാധനം ചെയ്തു
ഭക്തിയിൽ കിഴിച്ചുകൊണ്ടീടുക തണ്ടയാന്മാർകളെ'
'അർച്ചിച്ചു ഹസ്തപത്മം പിടിച്ചെത്രയും
ഭക്ത്യാകിഴിച്ചുകൊൾ തണ്ടയാന്മാർകളെ'

എന്നിങ്ങനെയാണ് അവരുടെ 'ചൊല്ലുവിളി'യുടെ അന്ത്യം. തണ്ടയാന്മാർ എന്നത് തിയ്യരെത്തന്നെയാണ് സൂചിപ്പിക്കുന്നത്. വണ്ണാൻ കെട്ടിയ തെയ്യത്തെ കൈപിടിച്ച് പീഠത്തിന്മേൽനിന്ന് ഇറക്കുന്നത് തീയരാണ്.

**ലക്ഷ്യസങ്കല്പം**

'കോല'മായി കെട്ടിയാടിച്ച് ആരാധിക്കുകയെന്നത് എല്ലാ തെയ്യങ്ങൾക്കും സാമാന്യമായുള്ള ലക്ഷ്യമാണ്. എന്നാൽ, ചില പ്രത്യേക കാലങ്ങളിൽ ചില പ്രത്യേക ഉദ്ദേശ്യത്തോടെ ചില പ്രത്യേക തെയ്യങ്ങൾ കെട്ടിയാടിക്കപ്പെടാറുണ്ട്. ഉദ്ദിഷ്ടകാര്യ വിജയം, ആപത്മോചനം തുടങ്ങിയവയ്ക്കായി കെട്ടിയാടിക്കപ്പെടുന്ന തെയ്യങ്ങളിലൊന്നാണ് കതുവനൂർവീരൻ തെയ്യം. 'അന്നന്നവര് നിരൂപിക്കുന്ന കാര്യങ്ങളൊന്നൊഴിയാതെ വരുത്തിക്കൊടുക്കുവാൻ' ഈ ദൈവത്തിന് കഴിയുമെന്നാണ് വിശ്വാസം.

'രാജകോപാൽ വന്നുചേരുമാപത്തിലും
ഘോരമാം വൈരികൾ നേരിട്ടെതിർക്കിലും
വൻകാര്യനിര്യാണകാലത്തിലും ചില-
വീര്യവാദം ചൊല്ലി നേരിടും ദിക്കിലും
ധീരനാം ദൈവം കതുവനൂർ വീരനെ
നേരോടെ ഭക്ത്യാ വിചാരിച്ചപേക്ഷിക്കിൽ
നേരായ് സമസ്ത കാര്യങ്ങളിലും ജയം
പാരാതെ വന്നീടുമില്ലതിൽ സംശയം
കാരുണ്യശാലിയെത്തന്നെ മനസ്സില-
ങ്ങേറുന്ന ഭക്ത്യാഭജിപ്പിൽ വിപത്തുപോം.'

എന്ന് തീയരുടെ 'ചൊല്ലുവിളിയിൽ' പ്രസ്താവിക്കുന്നുണ്ട്.

# കതുവനൂർ വീരൻതോറ്റം തോറ്റത്തിന്റെ ഘടകങ്ങൾ

'**തോ**റ്റ'മെന്നത് 'സ്തോത്ര'ത്തിന്റെ തദ്ഭവരൂപമാണെന്ന് പറയാറുണ്ട്. എന്നാൽ, 'തോറ്റ'മെന്ന പദത്തിന് തോന്നൽ, സൃഷ്ടിക്കൽ, വെളിപ്പെടൽ, പുനരുജ്ജീവിപ്പിക്കൽ മുതലായ അർത്ഥങ്ങളുമുണ്ട്. ഈ അർത്ഥ സങ്കല്പങ്ങളെല്ലാം തെയ്യത്തോറ്റങ്ങൾക്കുമുണ്ടെന്നു കാണാം.

**ഘടകങ്ങൾ**

അവതരണസ്വഭാവവും സന്ദർഭവുമനുസരിച്ച് തോറ്റം പാട്ടുകൾക്ക് പല ഘടകങ്ങളുണ്ട്. വരവിളിത്തോറ്റം, സ്തുതികൾ, അഞ്ചടിത്തോറ്റങ്ങൾ, പൊലിച്ചുപാട്ട്, ഉറച്ചിൽത്തോറ്റം, നീട്ടുകവി, താളവൃത്തം, പതികം തുടങ്ങിയവ പ്രധാനങ്ങളാണ്. എല്ലാ തെയ്യത്തോറ്റങ്ങൾക്കും ഈ ഘടകങ്ങളെല്ലാം ഒത്തിണങ്ങിക്കാണുകയില്ല. കതുവനൂർവീരൻ തോറ്റത്തിൽ വരവിളി, സ്തുതികൾ, പതിയം (പതികം), തോറ്റം തുടങ്ങിയ ഘടകങ്ങളുണ്ട്. ഇഷ്ടദേവതയെ വിളിച്ചുവരുത്തുന്ന ഗാനമാണ് 'വരവിളി'.

'.......ഞാൻ ചൊല്ലും തോറ്റം കേൾപ്പാൻ
വരികവേണം കതുവനൂർവീരൻ ദൈവോ....'

എന്നിങ്ങനെയാണ് വരവിളിയുടെ അന്ത്യം.

'തോറ്റംപാട്ടുക'ളെന്ന് പൊതുവെ പറയുന്ന പാട്ടുകളിൽത്തന്നെ സ്തുതികളും കീർത്തനങ്ങളും ഉണ്ടാകും.

'ഗന്ധർവ്വൻ പണ്ടു ഭൂമൗ നിശിചര വരരെ
സംഹരിപ്പാൻ വിധിയാൽ
സന്തുഷ്ടൻ ദിവ്യജാതൗ കുലപതിമഹത്വം

ജാതനായ് തുഷ്ടി പൂണ്ടേൻ
ചിന്താ ചെയ്യുന്നൊരെന്നിൽ തവകരുണ സദാ
നല്കണം തമ്പുരാനേ
ബന്ധുവാം കതുവനൂര് വീരചരിതം
സ്തുത്യാ തൊഴുന്നേനഹം.'

എന്ന ഭാഗം സ്തുതിയിലുള്ളതാണ്.

ചില മലദൈവങ്ങളുടെ തോറ്റങ്ങളിൽ 'ചുരം കീക്കൽ' എന്ന ഒരിനം കാണാം. ദൈവത്തെ ചുരമിറക്കിക്കൊണ്ടുവരുന്ന സങ്കല്പത്തിൽ മുത്തപ്പൻ ദൈവത്തിനും മറ്റും പാടാറുണ്ട്. കതുവനൂർവീരൻ തോറ്റത്തിലും ഈ ഘടകമുണ്ട്. കതുവനൂർ വീരന്റെ 'പുതുച്ചുരം കീക്കൽ' എന്ന പാട്ടിൽ കതുവനൂരിൽ നിന്ന് ദൈവം നാട്ടിലേക്ക് വന്നുചേർന്ന പുരാവൃത്തമാണ് ആഖ്യാനം ചെയ്യുന്നത്.

തോറ്റംപാട്ടുകളിൽ 'പതിയം' എന്ന ഒരിനം ചില തെയ്യങ്ങൾക്ക് പാടാറുണ്ട്. *ദൈവത്തെ സ്തുതിക്കുന്ന പത്തു പദ്യഖണ്ഡങ്ങൾ വീതമുള്ള പാട്ട് എന്നാണ് തമിഴിൽ 'പതിക'ത്തിനർത്ഥം*[10]. 'പതിയ'വും 'പതിക'വും ഒന്നുതന്നെയായിരിക്കണം. എന്നാൽ, തോറ്റംപാട്ടിലെ 'പതിയ'ങ്ങളിൽ 'പതിക'ത്തിന്റെ വ്യവസ്ഥയൊന്നും കാണുന്നില്ല. കതുവനൂർവീരൻ തോറ്റത്തിൽ മന്ദപ്പന്റെ കഥ സംക്ഷിപ്തമായി ആഖ്യാനം ചെയ്യുന്ന 'പതിയം' എന്ന സ്തുതിയുണ്ട്.

'അമര കുലത്തിൽ പിറന്നോരു ദൈവമേ
ആദരവാൽ കവി ചൊല്വാൻ മുതിരുന്നേൻ'

എന്നാരംഭിക്കുന്ന ആ പാട്ട്

'പള്ളിയറയിൽ തിരവളച്ചങ്ങനെ
ഭംഗിയിൽ കീർത്തനപ്പാട്ടുകേൾക്കും ദൈവം
..................................................
ആസ്ഥാനം പുക്ക് കുടികൊൾക ദൈവമേ
ഇസ്ഥാനം പുക്ക് കുടികൊൾക ദൈവമേ'

എന്നിങ്ങനെയാണ് സമാപിക്കുന്നത്.

ചില തെയ്യത്തോറ്റങ്ങളിൽ 'പെറ്റും പിറപ്പും' എന്നൊരു ഭാഗം കാണാം. ദേവതയുടെ ജനനത്തെക്കുറിച്ചുള്ള പുരാവൃത്താഖ്യാനമായിരിക്കുമത്. കതുവനൂർ വീരൻ തോറ്റത്തിലും ആ ഭാഗം അടങ്ങിയിട്ടുണ്ട്. സന്തതിവരത്തിനുവേണ്ടി ചക്കിയമ്മ നാല്പതുദിവസം വരമിരിക്കുന്നതും നാല്പത്തൊന്നാം ദിവസം ഭഗവാൻ അരിയും പൂവും വാരി 'ഗർഭകാരിയം ആകുന്നോരു മന്ത്രം ചൊല്ലി അണിവയറും മാറും നോക്കി' എറിയുന്നതും അങ്ങനെ മകൻ പിറക്കുന്നതും അവന് പൊന്നുകെട്ടി ചോറു കൊടുക്കുന്നതുമായ കഥാഭാഗങ്ങളാണ് അതിലുള്ളത്.

'കതുവനൂർവീരൻതോറ്റ'ത്തിലെ 'തോറ്റം' എന്ന പ്രത്യേകപേരിലുള്ള പാട്ട് സുദീർഘമായതാണ്.

'പിറന്നുവളർന്നു മൂവാണ്ടിൽ മൂടിപൊലിച്ചു
അയ്യാണ്ടിൽ കൈയെഴുതി മെയ് തെളിഞ്ഞു.'

എന്നിങ്ങനെ മന്ദപ്പന്റെ ജീവിതത്തിലെ സംഭവപരമ്പരകൾ മുഴുവൻ അതിൽ സവിസ്തരം ആഖ്യാനം ചെയ്യുന്നുണ്ട്.

# ഇതിവൃത്തം

**ഒ**രു വീരപരാക്രമിയുടെ ദാരുണവും സാഹസപൂർണ്ണവും ശോകാന്തവുമായ ജീവിതകഥയാണ് കതുവനൂർ വീരൻ തെയ്യത്തോറ്റം കാഴ്ചവയ്ക്കുന്നത്. മന്ദപ്പൻ എന്ന യോദ്ധാവ് 'കതുവന്നൂർ വീരൻ' എന്ന പേരിൽ ആരാദ്ധ്യനായിത്തീർന്നുവെന്നാണ് ആ പുരാവൃത്തം വ്യക്തമാക്കുന്നത്.

തളിപ്പറമ്പിനു സമീപമുള്ള മാങ്ങാട്ട് ദേശത്താണ് മന്ദപ്പൻ ജനിച്ചത്. മേത്തളി ഇല്ലത്ത് കുമരച്ചനാണ് പിതാവ്. പരക്കയില്ലത്ത് ചക്കിയാണ് പെറ്റമ്മ. സന്തതിയില്ലാതെ വളരെനാൾ ദു:ഖിച്ച ആ ദമ്പതികൾ ചുഴലിബ് ഭഗവതിയെ ഭജിച്ചതിന്റെ ഫലമായാണ് മന്ദപ്പൻ ജനിച്ചത്.*[11] ഭൂമിയിലെ അസുരപ്പടയെ നശിപ്പിക്കുവാൻ ഒരു ഗന്ധർവ്വൻ മനുഷ്യാവതാരമെടുത്തതാണെന്ന് തീയരുടെ 'കീർത്തനപ്പാട്ടി'ൽ പ്രസ്താവിച്ചുകാണുന്നു.

> ആഴിമാതാവാം ചുഴലിബ്ഭഗവതി-
> ക്കാഴി ചൂഴും മഹീപാലനം ചെയ്യുവാൻ
> ആദരാലിങ്ങൊരു ബാലകൻ വേണമെ-
> ന്നാമോദമോടു മുകുന്ദനെ കേൾപ്പിച്ചു.'

ചുഴലിബ്ഭഗവതിയുടെ ആ അപേക്ഷപ്രകാരമാണ് മാങ്ങാട്ട് തറയിൽ 'ദിവ്യവംശ(തിയ്യ സമുദായ) ത്തിൽ ഒരു കുമാരൻ പിറന്നതെന്നും അതിൽ പറയുന്നുണ്ട്.

അവന് മന്ദപ്പൻ എന്നാണ് പേരിട്ടത്. ആയുധവിദ്യയും അക്ഷരവിദ്യയുമൊക്കെ അവൻ യഥാകാലം പഠിച്ചുറച്ചു. കൂട്ടുകാരുമൊത്ത് 'ഒറ്റയും കുറിയും' എയ്ത് കളിക്കുകയെന്നത് മന്ദപ്പന്റെ വിനോദമാണ്. പ്രായമായിട്ടും ഈ ശീലം അവൻ ഉപേക്ഷിച്ചില്ല. ചങ്ങാതിമാരോടൊത്ത് കളിച്ചു

നടക്കുകയല്ലാതെ, ഒരു പണിയും അവൻ എടുക്കാറില്ല. വിശക്കുമ്പോൾ മാത്രമേ വീട്ടിലേക്ക് പോകയുള്ളൂ. കുമരച്ചന് മകന്റെ ഈ സ്വഭാവം തീരെ ഇഷ്ടമായില്ല. ഒരു ദിവസം ഉച്ചയ്ക്ക് പാലും ചോറും ഉണ്ണുവാൻ മന്ദപ്പൻ വീട്ടിൽ വന്നപ്പോൾ 'പണി പലതും പഠിക്കണ'മെന്ന് ആ പിതാവ് ഗുണദോഷിച്ചു.

പണിയെടുപ്പാൻ പണിപ്പണ്ടാട്ടി പെറ്റില്ലെന്ന
തുരമെടുക്കാൻ തുരക്കാരന്റെ മകനുമല്ല
പണിയെടുക്കായ്കിൽ നിങ്ങളെ ചോറും വേണ്ട'

എന്നാണ് മന്ദപ്പൻ പറഞ്ഞത്. ആ മറുപടി കുമരച്ചനെ അരിശപ്പെടുത്തി. അയാൾ മന്ദപ്പന് വീട്ടിൽ ചോറുവിലക്കി.

പിതാവിന്റെ ഉപദേശമനുസരിക്കാതെ പിറ്റേന്നാളും മന്ദപ്പൻ കളിക്കാൻ പോയി. ഉച്ചതിരിഞ്ഞ് അവൻ വീട്ടിലെത്തി, വില്ല് ചെന്തെങ്ങോട് ചാർന്നുവച്ച് ഭക്ഷണത്തിന് ചെന്നിരുന്നു. തനിക്ക് പാലും ചോറും വിലക്കപ്പെട്ട വിവരം അമ്മയിൽനിന്നാണ് അവൻ അറിയുന്നത്.

'വിലക്കിയതിരിക്കെ ചോറിവിടുന്ന് തന്നുവെന്നാൽ
നമ്മൾ ഇരുവരും പരക്കയില്ലം വാഴ്കേ വേണ്ടൂ'

എന്ന് പെറ്റമ്മ പറഞ്ഞുവെങ്കിലും, 'പാലു തായേ, ചോറു തായേ' എന്ന മന്ദപ്പന്റെ വാക്കുകേട്ട് ഹൃദയമലിഞ്ഞ അമ്മ അവന് ചോറുവിളമ്പി. കുമരച്ചൻ അതു കണ്ടുകൊണ്ട് പ്രവേശിച്ചു. കുപിതനായ അയാൾ മന്ദപ്പന്റെ വില്ലെടുത്ത് ചവിട്ടിപ്പൊളിച്ച് എറിഞ്ഞുകളഞ്ഞു. ആയുധം പോകുന്നത് ആയുസ്സ് പോകുന്നതിനു തുല്യമായി കരുതിയ ആ വില്ലാളിവീരൻ ഊണുകഴിക്കാതെ എഴുന്നേറ്റ് കൈകഴുകി, "ഇനി ഞാൻ നിങ്ങളെ കണ്ണിൻ മുമ്പിൽ ഇരിക്കയില്ല" എന്നു പറഞ്ഞുകൊണ്ട് എന്നെന്നേക്കുമായി വീടുവിട്ടിറങ്ങിപ്പോയി.

കീത്തളി ഇല്ലത്തെ ചങ്ങാതികളുടെ അടുത്തേക്കാണ് മന്ദപ്പൻ നേരെ ചെന്നത്. ചങ്ങാതിമാർ നാലുപേർ കുടകർമലയ്ക്ക് കാളപ്പുറത്ത് ചരക്കുമായി കച്ചവടത്തിനു പോകേണ്ട കാര്യം വട്ടമിട്ടിരുന്ന് ആലോചിക്കുകയാണ്. വീട്ടിൽ കലഹിച്ചാണ് മന്ദപ്പൻ വന്നതെന്ന് അവർക്ക് മനസ്സിലായി. വഴക്കുണ്ടെങ്കിൽ പറഞ്ഞുതീർക്കാമെന്ന് അവർ പറഞ്ഞു. ചങ്ങാതിമാരുടെ യാത്രയെക്കുറിച്ച് മന്ദപ്പൻ അറിഞ്ഞു. അവരോടൊപ്പം പോകാൻ അവനും തയ്യാറായി.

മന്ദപ്പൻ മേലില്ലത്തിനു ചെന്ന് നാലിളന്നീരും എട്ടുതേങ്ങയും ഉരിച്ചെടുത്തു. പിന്നീട് കുമരപ്പച്ചെട്ടിയാന്റെ വീട്ടിൽച്ചെന്ന് ഒരിണത്തട്ടവും മാറാപ്പിനുള്ള തുണിയും കടമായി വാങ്ങി, താമസിയാതെ ചങ്ങാതിമാരുടെ സമീപമെത്തി. മാതാപിതാക്കളോട് പിണങ്ങിവരുന്ന മന്ദപ്പനെ ഒപ്പം കൂട്ടുവാൻ അവർ ഇഷ്ടപ്പെട്ടില്ല. അവനെ ചതിപ്പാനുള്ള ഉപായം അവർ ആലോചിച്ചു. മാങ്ങാട്ട് നെടിയ കാഞ്ഞിരത്തിന്റെ കീഴിൽ അവരെല്ലാമി

രുന്നു. 'ഏഴിനും മീത്തൽ' (കുടകിലേക്ക്) പോകുന്നതിനു മുമ്പ് 'ഒന്ന് ഉല്ലസിക്കണെ'മെന്ന് പറഞ്ഞ് അവർ റാക്കും കറിയും കണക്കിലധികം മന്ദപ്പന് കൊടുത്തു. 'അളവറിയാതെ' വാങ്ങിക്കുടിച്ച് മദിച്ചതിനാൽ അവൻ അവിടെ സ്വയം മറന്ന് ഉറങ്ങിപ്പോയി. ചങ്ങാതിമാർ ആ തഞ്ചം നോക്കി കാളകളെ തെളിച്ച് പുറപ്പെട്ടു.

മന്ദപ്പൻ ഞെട്ടിയുണർന്നു നോക്കിയപ്പോൾ ചങ്ങാതികളെ കണ്ടില്ല. അച്ഛനമ്മമാർ ചതിച്ചതുപോലെ ചങ്ങാതിമാരും ചതിച്ചുവെന്ന് അവന് മനസ്സിലായി. ഏതായാലും ഇനി നാട്ടിലേക്കു മടങ്ങിപ്പോകയില്ലെന്ന് അവൻ നിശ്ചയിച്ചു.

'രക്ഷിക്കേണം ചുഴലിഭഗവതി തമ്പുരാട്ടിയമ്മേ
മുപ്പത്തെവര് പരദേവതയും തുണയെനിക്ക്'

എന്ന് പ്രാർത്ഥിച്ചുകൊണ്ട് അവൻ മാറാപ്പെടുത്തു. 'കമ്പവലിയും മൂരിച്ചുവടും നോക്കിക്കൊണ്ട്' സഞ്ചരിച്ച് പല ദേശങ്ങളും മന്ദപ്പൻ പിന്നിട്ടു. കുറുമാത്തൂര് വലിയ തോട്ടത്തിലാണ് ചങ്ങാതിമാർ അന്നുരാത്രിയിൽ തങ്ങിയത്. മന്ദപ്പനും അതിനുസമീപമെത്തിയെങ്കിലും ചങ്ങാതിമാരെ കണ്ടില്ല. പിറ്റന്നാൾ യാത്ര തുടർന്നു.

വെള്ളം കുടിക്കുവാനായി മന്ദപ്പൻ ഇടുപ്പിയിലമ്മയുടെ ഭവനത്തിൽ ചെന്നു. ഉറക്കത്തിൽ ചതിച്ചുപോയ ചങ്ങാതിമാരുടെ കൂടെ പോകേണ്ടെന്നും, തന്റെ കൂടെ വസിക്കാമെന്നും ഇടുപ്പിയിലമ്മ പറഞ്ഞുവെങ്കിലും കുടകർമല കാണുവാനുള്ള കൗതുകം കൊണ്ട് അവൻ അവിടെ നിന്ന് യാത്ര പറഞ്ഞു. പരിപ്പായി, ചെട്ടിയാൻകുന്ന്, ഓടത്തുപാലം, കാവുമ്പായി തുടങ്ങിയ ദേശങ്ങൾ പലതും പിന്നിട്ടുകൊണ്ട് യാത്ര തുടർന്നപ്പോൾ 'മൂരിച്ചുവടും കമ്പവലിയും കാണാതായി'. ചങ്ങാതികൾ വലത്തോട്ട് തിരിഞ്ഞ് വണ്ണായ്ക്കടവിനാണ് ചെന്നത്. മന്ദപ്പനാകട്ടെ ഇടത്തോട്ട് തിരിഞ്ഞ് എരുവേശിക്ക് വഴിമാറിപ്പോയി. ആ വഴിയാത്രയിൽ അവൻ അഞ്ചരമനയ്ക്കൽ വാഴുന്നവരെ കാണുകയുണ്ടായി. തന്നോടൊപ്പം കഴിയാമെന്ന് വാഴുന്നവർ പറഞ്ഞുവെങ്കിലും, ചങ്ങാതികളോടൊപ്പം എത്താനുള്ള തിടുക്കം കൊണ്ട് അതിനു സമ്മതിച്ചില്ല. വാഴുന്നവരോട് വെള്ളം വാങ്ങിക്കുടിച്ച് വീണ്ടും നടന്നു. വൈരിയാം കോട്ടം, അടുക്കളക്കുന്ന്, പുതിയനാർകാവ്, മഞ്ഞക്കാഞ്ഞിരം, വരട്ട്തോട്, എര്ത്കടവ്, പൊടിക്കളം തുടങ്ങിയവ പിന്നിട്ടുകൊണ്ട് അവൻ വണ്ണായ്ക്കടവിലെത്തി. അപ്പോൾ ചങ്ങാതിമാർ അവിലും അരിപ്പൊടിയും കുഴച്ച് ഭക്ഷിക്കുകയാണ്. അതിൽ പങ്കുകൊള്ളുവാൻ മന്ദപ്പനെ അവർ ക്ഷണിച്ചു. മന്ദപ്പനാകട്ടെ,

'ഒക്കുമെന്റെ ചങ്ങാതികള് പറയും വാക്ക്
ചങ്ങാതിത്തം മാങ്ങാട്ട്ന്നേ മറന്നിനില്ലേ
നിങ്ങളെനിക്ക് വിഷം തരുവാൻ മടിച്ചവരല്ല'

എന്ന് പറഞ്ഞുകൊണ്ട് ചങ്ങാതിമാരുടെ ക്ഷണം നിരസിക്കുകയും, തന്റെ

കൈയിലുള്ള മാറാപ്പഴിച്ച് ഇളനീരെടുത്ത് കുടിക്കുകയും ചെയ്തു. തേങ്ങ കൊടുത്ത് ചുങ്കികളോട് അരിയും പാത്രവും വാങ്ങി പാകം ചെയ്തു ഭക്ഷിച്ചു.

പിറ്റന്നാൾ രാവിലെ മന്ദപ്പനും ചങ്ങാതിമാരും അവിടെ നിന്ന് പുറപ്പെട്ടു. മലനാട് കഴിഞ്ഞ് കുടകരുടെ മലയ്ക്കെത്താറായി. അതിനാൽ, ആ നാട്ടുനടപ്പനുസരിച്ചുള്ള വേഷവും വേണമല്ലോ. അവൻ മാറാപ്പഴിച്ച്, കുപ്പായവും തലയിൽക്കെട്ടും ധരിച്ചു. പല പ്രദേശങ്ങളും പിന്നിട്ട് അവർ വെള്ളാകുളത്ത് വയലിൽ എത്തിച്ചേർന്നു. മന്ദപ്പൻ ചങ്ങാതിമാരോട് തല്ക്കാലം യാത്രപറഞ്ഞു പിരിഞ്ഞു. വഴി ചോദിച്ചറിഞ്ഞ് അവൻ കതുവനൂരിലുള്ള അമ്മാവന്റെ വീട്ടിൽ എത്തിച്ചേർന്നു. കതുവനൂരമ്മയ്ക്ക് മന്ദപ്പനെ പരിചയമില്ല. അവൻ സ്വയം പരിചയപ്പെടുത്തി. അമ്മാവനും വന്നുചേർന്നു. അമ്മായിയായ കതുവനൂരമ്മ വേഗത്തിൽ പാലും ചോറും തയ്യാറാക്കാമെന്നു പറഞ്ഞു. പക്ഷേ, തന്റെ കൂടെ വന്ന ചങ്ങാതിമാരെ മന്ദപ്പൻ വിസ്മരിച്ചില്ല. ഒരു തിര പുല്ലും ഒരു കൊള്ളിത്തീയും ചങ്ങാതിമാർക്കുവേണ്ടി തരണമെന്ന് അവൻ ആവശ്യപ്പെട്ടു. അത് കൊടുത്താൽ മരുമകൻ അവിടെ തങ്ങാതെ തിരിച്ചുപോകുമോ എന്നാണ് അമ്മാവന്റെ സംശയം.

'പൊന്നാണ വിളക്കാണ പാലന്നത്താണ
ഇതിലെ വന്നു കഞ്ഞി കുടിച്ചിറ്റേ പോകയുള്ളൂ'

എന്ന് സത്യം ചെയ്ത ശേഷമേ അവന് പുല്ലും തീയും ലഭിച്ചുള്ളൂ. ചങ്ങാതിമാർക്ക് അവ എത്തിച്ച് മന്ദപ്പൻ കതുവനൂർക്കുതന്നെ തിരിച്ചുവന്നു. കതുവനൂരമ്മ അവന് പാലും ചോറും വിളമ്പി കാത്തിരിക്കുകയായിരുന്നു.

മന്ദപ്പൻ അമ്മാവനോടൊപ്പം കതുവനൂരിൽത്തന്നെ താമസമാക്കി. അമ്മാവന്റെ സ്വത്തിൽ നിന്ന് അവന് പകുതി ഭാഗം ലഭിച്ചു. സ്ഥലമെല്ലാം കിളച്ചുനിരത്തി നട്ടുനനച്ച് ഫലഭൂയിഷ്ഠമാക്കിത്തീർത്തു. മലനാട്ടിൽ നിന്ന് ഒരു ചേകോൻ വന്ന് കതുവനൂരിലെ 'നിലവും ഫലവും' കുളുർപ്പിച്ചതിൽ മുത്താർമുടി കുടകർക്ക് അസൂയ ഉണ്ടാകാതിരുന്നില്ല.

ചെലവിന് കൃഷികൊണ്ടുമാത്രം മതിയാകയില്ല. കതുവനൂരമ്മയുടെ നിർദ്ദേശപ്രകാരം മന്ദപ്പൻ എള്ളു വാങ്ങി, ചക്കിലിട്ടാട്ടി എണ്ണയെടുത്ത് വില്ക്കുവാനിറങ്ങി. 'കൊടകർമല പന്ത്രണ്ടുകൊമ്പിനും' ചെന്ന് എണ്ണ വിറ്റ് പണം നേടി. കതുവനൂരെ ചങ്ങാതിമാരെ മന്ദപ്പൻ വഴിക്കുവച്ച് കാണുകയുണ്ടായി. മുത്താർകുടി കുടകർ പട കൂട്ടുന്നുണ്ടെന്നും, അതിനാൽ ആയുധം വാങ്ങി സൂക്ഷിക്കേണ്ടത് ആവശ്യമാണെന്നും അവർ പറഞ്ഞു. ചേളക്കത്തി, ചെറുപ്പലിശ, അരക്കൻവില്ല്, ആരിയൻവാള്, വർണ്ണപ്പലിശ തുടങ്ങിയ ആയുധങ്ങൾ വാങ്ങിക്കൊണ്ടാണ് മന്ദപ്പൻ മടങ്ങിയത്.

വേളാർകോട്ട് പുഴയരികിലൂടെ മന്ദപ്പൻ യാത്രചെയ്യുമ്പോൾ നീരി

ലിറങ്ങി കുളിക്കുന്ന ചെമ്മരത്തിയെ കാണുവാനിടയായി. കുടിക്കുവാൻ വെള്ളം തരുമോ എന്നവൻ ചോദിച്ചു.

'ആരാന്നുണ്ടോ പെരുവഴിക്ക് തണ്ണീർ വെച്ചിട്ട്
വീട്ടിലെ വന്നാൽ തണ്ണി കുടിച്ചിട്ട് പോകാം നിണക്ക്'

എന്ന അവളുടെ വാക്ക് കേട്ട് മന്ദപ്പൻ അവളുടെ വീട്ടിലേക്ക് ചെന്നു. വെറ്റില തിന്ന് വർത്തമാനം പറയുന്നതിനിടയിൽ അവളെ വിവാഹം കഴിക്കണമെന്ന തന്റെ ഇംഗിതം അവൻ വ്യക്തമാക്കി. ചെമ്മരത്തിയോട് വെള്ളവും വാങ്ങി കുടിച്ചാണ് മന്ദപ്പൻ മടങ്ങിയത്.

'കാലവും പ്രായവും തികഞ്ഞ' മന്ദപ്പൻ തനിക്കൊത്ത പെണ്ണിനെ കണ്ടിട്ടുണ്ടോ എന്ന് കതുവനൂരമ്മ ചോദിക്കുകയണ്ടായി. വേളാർകോട്ട് ചെമ്മരത്തിയെപ്പറ്റി അവൻ പറഞ്ഞു. ആ ബന്ധം അമ്മായിക്കും അമ്മാവനും ഇഷ്ടമായിരുന്നില്ലെങ്കിലും മരുമകന്റെ അഭിലാഷത്തിന് തടസ്സമായി നിന്നില്ല. വിവാഹം നടന്നു. കതുവനൂരമ്മ ചെമ്മരത്തിയെ പ്രത്യേകം വിളിച്ച്,

'കേൾപ്പതിണ്ടോ നീ മകളേ ചെമ്മരത്തി
പെറ്റിട്ടെനിക്ക് പത്തും പലതുമക്കളില്ല
പെറ്റകണക്കെ പോറ്റീനി ഞാനെന്റെ മന്ദപ്പന
അരിശം പാരം കൊടിയവനാണ് മന്ദപ്പൻ
പൈച്ചാലവന്ന് പൈദാഹമൊട്ടും പൊറുത്തുംകൂട
പാലിന് വരുമ്പം പാല് കൊടുക്കണം മന്ദപ്പന്
ചോറിന് വരുമ്പം ചോറ് കൊടുക്കണം മന്ദപ്പന്
വീട്ടിൽ കലഹം ഭാവിക്കല്ല ചെമ്മരത്തി'

എന്നിപ്രകാരം ഉപദേശിച്ചാണ് അവിടെ നിന്ന് മടങ്ങിയത്.

വിവാഹാനന്തരം മന്ദപ്പൻ ഭാര്യാഗൃഹത്തിൽത്തന്നെ താമസമാക്കി. ചെമ്മരത്തിയുടെ വാക്കനുസരിച്ച് അവൻ എണ്ണവ്യാപാരം വീണ്ടും ആരംഭിച്ചു. എണ്ണ മാറി പണവും കൊണ്ട് വരുമ്പോൾ സന്ധ്യയായതിനാൽ അന്നൊരു ദിവസം വേളാർകോട്ട് എത്തുവാൻ കഴിഞ്ഞില്ല. കുടകരുടെ വഴിയമ്പലത്തിൽ പട്ടിണികിടക്കേണ്ടിവന്നു. പിറ്റന്നാൾ രാവിലെ വന്നു ചേർന്ന ഭർത്താവിനെ ചെമ്മരത്തി ആദരിച്ചില്ല.

'ഇന്നലെ ഏതൊരു മേതരെ പള്ളി പുലർന്നിനെടോ
ഇന്നലെ ഏതൊരു മേതത്തി വെച്ചുവിളമ്പി നിണക്ക്'

എന്നാണ് അവൾ ചോദിച്ചത്. 'പാലു തായേ ചോറു തായേ ചെമ്മരത്തി' എന്ന് മന്ദപ്പൻ ആവശ്യപ്പെട്ടപ്പോൾ,

'പാലിനുപകരം ഉതിരം വെട്ടി കുടിച്ചും കോളേ
ചോറ്റിനു പകരം തലച്ചോറെടുത്തുണ്ടും കോളേ'

എന്നാണ് അവൾ മറുപടി പറഞ്ഞത്. താല്പര്യമില്ലാതെ അവൾ ചോറും കറിയുമൊരുക്കി. മന്ദപ്പൻ ഉണ്ണാനിരുന്നു. കല്ലും നെല്ലും തലനാരും ചോറിൽ കാണപ്പെട്ടു. മാത്രമല്ല, 'ഉരുളച്ചോറ് ഒത്ത നടുവെ മുറിഞ്ഞു പോകയും ചെയ്തു. അന്നം മുറിയുന്നത് ആയുസ്സിന് കേടാണ്. 'നിന്റെ ആയുസ്സ് മുറിഞ്ഞുപോകൂലും കുറ്റമില്ല' എന്ന് ചെമ്മരത്തിയുടെ നാവിൽ നിന്ന് പുറപ്പെട്ടു.

മുത്താർമുടി കുടകരുടെ പടവിളി കേട്ടതിനാൽ, ഊണ് കഴിക്കാതെയാണ് മന്ദപ്പൻ എഴുന്നേറ്റത്. 'പടവിളി കേട്ടാൽ ചോറുണ്ണത് യോഗ്യമല്ല' എന്നാണവന്റെ വിശ്വാസം. ചങ്ങാതിമാരെല്ലാം പോയിക്കഴിഞ്ഞു. എമ്മനും മേതനും വെള്ളാളനും ആ വഴിക്കു വന്നു. പട കാണുവാൻ പോകുന്ന അവരുടെ കൂടെ മന്ദപ്പനും പോകുവാൻ തയ്യാറായി. അവൻ ആയുധമെടുത്ത് പുറപ്പെടുമ്പോൾ 'മുമ്മരപ്പടി തടഞ്ഞ് തലയും മുട്ടി'. ചെന്തലയൻ ഓന്ത് മുറിയെ പാഞ്ഞു. ആ ശകുനത്തിന്റെ ഫലമെന്തായിരിക്കുമെന്ന് അവൻ ചെമ്മരത്തിയോട് ചോദിച്ചു. 'തൻതല വെട്ടി തൻ മെയ്യിൽ രുധിരം കാണാം' എന്നാണ് അവൾക്ക് പറയുവാൻ തോന്നിയത്.

ഇങ്ങനെ ദുർന്നിമിത്തങ്ങൾ പലതുമുണ്ടായെങ്കിലും മന്ദപ്പൻ മടങ്ങിയില്ല. ചെമ്മരത്തിയോട് യാത്രപറയുവാനും മടിച്ചില്ല. പക്ഷേ, പട കാണാൻ പോകുന്ന ഭർത്താവിനോട്

'ആറ് മുറിച്ചിട്ടറുപത്താറ് ഖണ്ഡം പോട്ടെ
നൂറ് മുറിച്ച് നൂറ്റെട്ടെല്ലാം ചിന്നം പോകട്ടെ'

എന്നാണവൾ പറഞ്ഞത്. തന്റെ പ്രിയതമ സ്വബോധത്തോടെ പറഞ്ഞതാണതെന്ന് മന്ദപ്പൻ കരുതിയില്ല. അവളെക്കൊണ്ട് പറയിച്ചത് ദൈവമാണെന്ന് അവൻ വിശ്വസിച്ചു.

മന്ദപ്പൻ കച്ചിലകെട്ടി, തൊപ്പി ധരിച്ച്, ആയുധവുമായി പടക്കളത്തിലേക്കു കുതിച്ചു. കുടകർ ഭയപ്പെടാതിരുന്നില്ല. ചങ്ങാതികൾക്ക് മന്ദപ്പന്റെ വരവ് ആശ്വാസമരുളി. ആ അങ്കം വെട്ടിൽ കുടകരുടെ പട പരാജയപ്പെട്ടു. പടമടക്കി പടക്കളത്തിൽ നില്ക്കുമ്പോളാണ് മന്ദപ്പന് തന്റെ 'പീഠ മോതിരവും ചെറുവിരലും നഷ്ടപ്പെട്ടതായി മനസ്സിലായത്.

'ഇത്രനാളും പൊരുത്തമുള്ള പേരെനിക്ക്
ഇന്നുതൊട്ട് കൂവ്വനെന്നു വിളിക്കുമെന്ന'

എന്ന് മന്ദപ്പനറിയാം. ഭാര്യയായ ചെമ്മരത്തിയുടെ നിന്ദയ്ക്കു പാത്രമാകുന്നതിനേക്കാൾ മരണമാണ് വരേണ്യമെന്ന് അവൻ തീരുമാനിച്ചു. കുടകരുടെ പട കാട്ടിൽ ഒളിച്ചിരിപ്പുണ്ടെന്നും, താൻ കുടകരുടെ 'കള്ളപ്പട'യിൽ ചെന്നുപെടുവാനാണ് ഭാവമെന്നും ആ വീരൻ ചങ്ങാതികളെ അറിയിച്ചു. തന്റെ ആയുധം കതുവനൂർക്ക് എത്തിക്കുവാൻ ചങ്ങാതിമാരെ ഏല്പിച്ചു. അവർ മന്ദപ്പനെ തടുത്തുവെങ്കിലും, തന്റെ ആയുധം പടുവ

ളത്തിൽ ഒഴിഞ്ഞുപോയെന്നു തോന്നുന്നു എന്ന് പറഞ്ഞുകൊണ്ട് ആ യോദ്ധാവ് പടക്കളത്തിലേക്ക് കുതിച്ചു. കുടകരുടെ കള്ളപ്പട വന്നുകൂടി മാരി പോലെ ശരമെയ്ത് മന്ദപ്പന്റെ ശരീരം ഖണ്ഡം ഖണ്ഡമാക്കി.

മന്ദപ്പന്റെ അന്ത്യത്തെക്കുറിച്ച് അറിഞ്ഞ അമ്മാവൻ തണ്ടും പലകയുമെടുപ്പിച്ചുകൊണ്ട് വേളാർകോട്ട് വീടിനുസമീപത്തുകൂടെ വഴിപോകുമ്പോൾ വിവരമറിഞ്ഞ ചെമ്മരത്തിയും അവരോടൊപ്പം പുറപ്പെട്ടു. അവൾ പടക്കളത്തിൽ ചെന്ന് മുണ്ടിട്ട് പടമടക്കി. മന്ദപ്പന്റെ ശവം കാണ്മാനില്ലെന്ന് അമ്മാവൻ പറഞ്ഞു. അവന്റെ ശരീരമെന്ന് വിചാരിച്ച് മുണ്ടമേലും കൈതമേലും ചിതറിക്കിടക്കുന്ന മാംസഖണ്ഡങ്ങൾ എടുത്ത് ഒപ്പിച്ചുവച്ചു. ചെറുവിരലും പീഠമോതിരവും കാണ്മാനില്ല. അത് വീട്ടിലെ കദളിവാഴമേൽ ചെന്ന് വീണിരിക്കയാണ്.

ചുഴലിബ്ഭഗവതിയുടെ അനുഗ്രഹത്താൽ കാറ്റടിച്ച് മരക്കൊമ്പ് തകർന്നുവീണു. അങ്ങനെ ചിതയൊരുക്കി. കാറ്റോലപിടിക്കുന്ന അണ്ണുക്കനോട്(മന്ദപ്പന്റെ അമ്മാവന്റെ മകൻ) "ഒരു തലക്കുനിന്ന് കാറ്റോല പിടിക്കട്ടെ" എന്ന് ചെമ്മരത്തി ചോദിച്ചു. അത് സ്ത്രീകൾക്ക് യോജിച്ച കൃത്യമല്ലാത്തതിനാൽ സമ്മതം ലഭിച്ചില്ല. മന്ദപ്പനെ ദഹിപ്പിച്ചു പിരിയാറായി. അപ്പോൾ, "ഉച്ചയിലെന്തൊരു വെള്ളിനക്ഷത്രം നിറന്നു കാണുന്നെടോ" എന്ന് ചെമ്മരത്തി ചോദിച്ചു. എല്ലാവരും ആകാശത്തിലേക്ക് നോക്കവെ, പതിവ്രതാരത്നമായ ചെമ്മരത്തി ഭർത്താവിന്റെ ചിതയിൽ ചാടി ആത്മാഹുതി ചെയ്തു. മന്ദപ്പനും ചെമ്മരത്തിയും 'ദൈവക്കരുവായി യോഗം വന്നു.'

ശവസംസ്കാരം കഴിഞ്ഞ്, എല്ലാവരും വന്താർമുടിപ്പുഴയിൽനിന്ന് കുളിക്കുകയാണ്. 'ദൈവക്കരുവായി മാറിയ മന്ദപ്പനും ചെമ്മരത്തിയും മേലേക്കടവിൽനിന്ന് കുളിക്കുന്നതായി അണ്ണുക്കൻ ഒരുനോക്കു കണ്ടുവത്രെ. ഓടിച്ചെന്നു നോക്കിയപ്പോൾ കല്ലും കടവും പുല്ലും ഭൂമിയും നനഞ്ഞതായി കണ്ടതല്ലാതെ, അവരെ കാണാൻ കഴിഞ്ഞില്ല. എല്ലാവരും കതുവനൂർക്ക് മടങ്ങി.

പീഠമോതിരമണിഞ്ഞ ചെറുവിരൽ ചെന്നുവീണ തേൻ കദളിവാഴ അപ്പോൾ കിടുകിട വിറയ്ക്കുന്നതായി കണ്ടു. അണ്ണുക്കൻ അതുചെന്നു തൊട്ടപ്പോൾ അവന്റെ മേൽ മന്ദപ്പന്റെ ചൈതന്യം ആവേശിച്ച് വെളിപ്പെട്ടു.

> 'മരിച്ചിനെന്നു ഭാവിക്കേണ്ട നിങ്ങളെന്റെ നേരമ്മോമ
> മരിച്ചിനെന്നിട്ട് ഏഴും പതിമൂന്നും വേണ്ടെനിക്ക്
> അകത്തൊരു അകപൂജ പുറത്തൊരു പെരുങ്കളിയാട്ടം
> പാർകോഴി മധുകലശം കട്ടിയപ്പം കരിങ്കലശം
> പൊറത്ത് ചങ്ങാതികൾക്കും കൊടുത്താൽ മതി'

എന്നിപ്രകാരം അരുളപ്പാടുണ്ടായി. കോമരവും കനലാടി(തെയ്യം കെട്ടു

ന്നവൻ)യും ആരായിരിക്കണമെന്നും നിർദ്ദേശിക്കപ്പെട്ടു. അതനുസരിച്ച് വസുവനക്കനലാടിയെ വരുത്തി കോലം കെട്ടിയാടിക്കുവാൻ നിശ്ചയിച്ചു. അണ്ണുക്കൻ, കോമരത്തിന്റെ സ്ഥാനവും ഏറ്റെടുത്തു.

തെയ്യം കെട്ടി പുറപ്പെട്ട് 'കതുവനൂര് നേരമ്മാമ'ന്റെ മുമ്പിൽച്ചെന്നു നിന്നപ്പോൾ ആ അമ്മാവൻ അരിയെറിഞ്ഞ് 'കതുവനൂരേക്ക് കതുവനൂർ വീരാ' എന്ന് പേർ വിളിച്ചു. മന്ദപ്പന്റെ വീരസ്മരണയ്ക്കുവേണ്ടി കെട്ടിയാടിക്കപ്പെടുന്ന പ്രസ്തുത തെയ്യത്തിന് 'കതുവനൂർ വീരൻ' എന്ന പേർ സിദ്ധിച്ചത് അപ്രകാരമത്രെ.

വാഴക്കോട്ടു തണ്ടയാൻ, കല്ലിങ്കൽ തണ്ടയാൻ, പുന്നക്കീൽ തണ്ടയാൻ, ആമേരിത്തണ്ടയാൻ എന്നീ നാലു തണ്ടയാന്മാർ കതുവനൂർ വീടിന്റെ താഴെക്കൂടി രണ്ടു കാളകളെ തെളിച്ചു കൊണ്ടുപോവുകയാണ്. കതുവനൂർ വീരന്റെ 'ഉച്ചത്തോറ്റം' തകൃതിയായി നടക്കുന്ന സമയമാണത്. 'അത്ര ബലവീരിയമുള്ള' ദൈവമാണെങ്കിൽ ആമേരി തണ്ടയാത്തി തുറന്നഴിച്ചിളക്കിയ, 'മുതുകത്ത് പേർ കൊള്ളാത്ത' 'മൂരിക്കിടാങ്ങളുടെ മുതുകത്ത് പേർ കൊള്ളിച്ചുതന്നാൽ, അകത്തട്ടിലും തിരുമുടിക്കും അരിവിളയാടി, ആമേരി വീട്ടിലേക്ക് 'ആമേരി വീര'നെന്നു പേർകൊള്ളുമെന്ന് അവർ പ്രാർത്ഥിച്ചു. അതുപ്രകാരമത്രേ കതുവനൂർ വീരൻ ദൈവം മലനാട്ടിലേക്കിറങ്ങിയത്.

കതുവനൂർവീരൻ ഉള്ളേടത്ത് 'കുരിക്കൾ' എന്ന ഒരു തെയ്യവും പതിവുണ്ട്. (അനുബന്ധം രണ്ട് നോക്കുക.)

# വീരപുരാവൃത്തം

**മാ**നവസംസ്കാര ചരിത്രത്തിന്റെ ഒരു രേഖയെന്ന നിലയിൽ പുരാവൃത്ത(മിത്ത്)ത്തിന് നിയതമായൊരു മൂല്യമുണ്ട്. *ഒരു സാംസ്കാരിക ശക്തിയെന്ന നിലയിൽ മിത്തിനെ ഗൗരവമായി തന്നെ പരിഗണിക്കണമെന്ന് പലരും ഊന്നിപ്പറഞ്ഞിട്ടുണ്ട്.*[12] *പുരാവൃത്തങ്ങൾ കേവലം കഥകളല്ല. 'അവ അർത്ഥാൽ പാവനമാകുന്നു.'*[13] അതിന് അനുഷ്ഠാനങ്ങളുമായുള്ള ബന്ധവും നിഷേധിക്കാവതല്ല. മിത്തിലെ അനുഷ്ഠാനം നഷ്ടപ്പെടുമ്പോൾ അവ കേവലം കഥകളായിത്തീരുമെന്നൊരു പക്ഷമുണ്ട്.

സാംസ്കാരിക നായകന്മാരെ ദൈവങ്ങളായി സങ്കല്പിച്ച് ആരാധിക്കുന്ന പതിവ് പല ദേശങ്ങളിലും നിലവിലുണ്ടായിരുന്നു. *വീരപുരാവൃത്തങ്ങളിൽ പലതും അപ്രകാരമുള്ളവയത്രെ. 'ചരിത്രപരമായ വസ്തുതകൾ ഉൾക്കൊള്ളുന്നതും വ്യക്തികളെ സംബന്ധിക്കുന്ന ഉപാഖ്യാനങ്ങളിൽ നിന്ന് ഉണ്ടായതുമായ ഐതിഹ്യങ്ങൾ പുരാവൃത്തങ്ങളാണ്'*[14] എന്നൊരഭിപ്രായമുണ്ട്. വീരപുരുഷന്മാരും, സതീരത്നങ്ങളും പരേതരായ പൂർവ്വികരും അലൗകികശക്തിയോ അർദ്ധദൈവികശക്തിയോ ഉള്ളവരായി സങ്കല്പിക്കപ്പെടുമ്പോൾ മാത്രമേ അവരെ സംബന്ധിക്കുന്ന ചരിതങ്ങൾ പുരാവൃത്തങ്ങളായി തീരുകയുള്ളൂ. മന്ത്രവാദികൾ, വൈദ്യന്മാർ, വെളിച്ചപ്പാടന്മാർ, പരാക്രമികൾ, പടവീരന്മാർ തുടങ്ങിയ പലരും മരണാനന്തരം 'ദൈവക്കരു'വായി മാറുമെന്ന വിശ്വാസം നിലവിലുണ്ട്. തെയ്യാട്ടത്തിന്റെ രംഗത്ത് ഇതിനു ധാരാളം ഉദാഹരണങ്ങൾ കണ്ടെത്താൻ കഴിയും. വീരപുരാവൃത്തം ആഖ്യാനംചെയ്യുന്ന തെയ്യത്തോറ്റങ്ങളിൽ പലതുകൊണ്ടും സവിശേഷമായിട്ടുള്ളതാണ് കതുവനൂർ വീരൻതോറ്റം.

### *വീരോല്പത്തി*[15]

വീരന്റെ ജനനം അമാനുഷമോ അലൗകികമോ ആയ പരിവേഷമുള്ളതായിരിക്കാം. വീരന്മാരിൽ പലരുടെയും പിറവി വരപ്രസാദലബ്ധിയോ, അവതാരമോ ആയാണ് പ്രായേണ സങ്കല്പിക്കപ്പെടുന്നത്. മന്ദപ്പന്റെ പിറവിയെക്കുറിച്ചും ഇത്തരം അലൗകികസങ്കല്പങ്ങളുണ്ട്. ചുഴലിബ്ഭഗവതിയുടെ അപേക്ഷയനുസരിച്ച് മുരാന്തകൻ അനുഗ്രഹിച്ചാണ് അവൻ പിറന്നതെന്ന് ഒരു പാട്ടിൽ പറയുന്നു. 'പെറ്റും പിറപ്പും' എന്നതിൽ, ഭഗവാനാരെ തപസ്സിരുന്നാണ് ചക്കിയമ്മ ഗർഭം ധരിച്ചതെന്നു പ്രസ്താവിച്ചു കാണാം. മന്ദപ്പന്റെ പൂർവ്വജന്മം ഒരു ഗന്ധർവ്വന്റേതാണെന്നും സൂചിപ്പിക്കപ്പെട്ടിട്ടുണ്ട്.

> 'ധരയിൽ വാഴും മനുഷ്യർക്ക് പുത്രനായ്
> മഹാകാളി തന്റെ തിരുമകനല്ലയോ'

എന്നീ വരികൾ ഈ വീരന്റെ ദിവ്യത്വം വെളിവാക്കുന്നു.

### ദൈവക്കരു

മരണമടഞ്ഞവർക്ക് തോറ്റംപാട്ടുകൾ പുതിയ ജീവിതം നല്കുന്നു. മരണാനന്തരം 'ദൈവക്കരു'വായി മാറുമെന്നാണ് വിശ്വാസം. 'വെട്ടിമരിച്ചു ദൈവക്കരുവായി യോഗം വന്ന' മന്ദപ്പനും, ചിതയിൽ ചാടി മരണം വരിച്ച ചെമ്മരത്തിയും കുളിക്കുന്നത് 'തിറംകണ്ണാലെ' അണ്ണുക്കൻ കണ്ടതായി തോറ്റത്തിൽ പറയുന്നു. മരണാനന്തരം ദൈവികതയിലേക്ക് ഉയരുകയെന്നത് വീരപുരാവൃത്തങ്ങളിൽ കാണാവുന്ന ഒരു സവിശേഷലക്ഷണമാണ്.

### സാന്നിദ്ധ്യസൂചന

ദേവതകൾ അരൂപികളാണല്ലോ. അവരുടെ സാന്നിദ്ധ്യം മനുഷ്യർക്ക് മനസ്സിലാകുന്നത് ചില ലാക്ഷണികസൂചനകളിലൂടെ ആയിരിക്കുമത്രെ. ഈ സങ്കല്പം കതുവനൂർവീരൻ തോറ്റത്തിലും കാണാം. ദേവതകൾ മനുഷ്യശരീരത്തിൽ ആവേശിച്ച് തുള്ളുകയും അരുളപ്പാട് നടത്തുകയും ചെയ്യുമെന്നും അപ്രകാരം ദേവതാസാന്നിദ്ധ്യം വെളിപ്പെടുമെന്നും വിശ്വസിക്കപ്പെടുന്നു. പീഠമോതിരവും ചെറുവിരലും ചെന്നുവീണ തേൻകദളിവാഴ വിറച്ചതും, അതുചെന്നു തൊട്ടപ്പോൾ അണ്ണുക്കന്ന് ദൈവത്തിന്റെ വെളിപാട് ഉണ്ടായതും പാട്ടിൽ പറയുന്നുണ്ട്. തണ്ടയാന്മാരോട് കതുവനൂർവീരൻ ദൈവം അരുളിച്ചെയ്തത് അണ്ണുക്കനിൽ വെട്ടിയുറഞ്ഞ് വെളിപ്പെട്ടുകൊണ്ടാണ്.

### ശക്തിദർശനം

'ദൈവ'മായി മാറിയ കതുവനൂർ വീരന്റെ ശക്തിവിശേഷങ്ങൾ

വെളിവാക്കുന്ന ചില സന്ദർഭങ്ങൾ തോറ്റംപാട്ടിൽ ആഖ്യാനം ചെയ്യപ്പെട്ടിട്ടുണ്ട്. തണ്ടയാന്മാർ തെയ്യംമുഖേന പറഞ്ഞു പിരിഞ്ഞശേഷം യാത്ര തുടർന്നു. അപ്പോൾ, ദൈവംകൂടി അവരോടൊപ്പം പുറപ്പെട്ടു. 'വെളുത്തു കുറിയൊരു നായരായിട്ടാണ് തണ്ടയാന്മാർക്ക് തോന്നിയത്. അവർ ഭയന്ന് ഓടാൻ ഭാവിച്ചപ്പോഴാണ് "കതുവനൂര് കൊട്ടുമ്പുറത്തുനിന്ന് കുറി കുറിച്ച ദൈവ"മാണ് താനെന്ന് വ്യക്തമാക്കിയത്. മുതുകത്ത് പേറ് കൊള്ളാത്ത കാളയുടെ പുറത്ത് പേറെടുത്ത് കയറ്റി തട്ടിത്തെളിച്ച് നടകൊള്ളുവാൻ ദൈവം ആവശ്യപ്പെട്ടു. അങ്ങനെ അവർ പല സ്ഥലങ്ങളും പിന്നിട്ട് പോകുമ്പോൾ, കീഴൂർ വൈരജാതന്റെ ചുങ്കം പിരിവുകാർ അവരെ തടഞ്ഞു. ചുങ്കം തന്നേ അയക്കുകയുള്ളുവെന്ന് അവർ നിർബ്ബന്ധം പിടിച്ചു. തണ്ടയാന്മാരുടെ മനം മുഷിഞ്ഞു. അവരെ അവിടെ നിർത്തി, ദൈവം അവിടെ നിന്ന് പോയി. വൈരജാതന്റെ പാട്ടുകൊട്ടിലിൽ ആയിരം നാഴിയരി പൊടിച്ച് അപ്പം വാർക്കുന്ന സന്ദർഭത്തിലാണ് കതുവനൂർവീരൻ ദൈവം അവിടെ കടന്നുചെന്നത്. ദൈവം പന്ത്രണ്ട് അപ്പം വാരിയെടുത്തു. അത് കണ്ട തന്ത്രി "അപ്പവും മാടവും തീണ്ടിക്കളഞ്ഞു"വെന്ന് പറഞ്ഞു. അപ്പോൾ ആ തന്ത്രിയുടെ മെയ്മേൽ വൈരജാതന്റെ ദർശനം ഉണ്ടാകയും, 'തീയ്യച്ചേകോനല്ല, അവനൊരു ദൈവച്ചേകോനാണ്' എന്ന അരുളപ്പാടുണ്ടാകയും ചെയ്തു. പന്ത്രണ്ട് അപ്പം കൊടുക്കണമെന്നും നിയോഗമുണ്ടായി. തനിക്ക് ലഭിച്ച അപ്പവുമായി ദൈവം തണ്ടയാന്മാരുടെ അടുത്ത് ചെന്ന്, അവർക്ക് അപ്പം നല്കി. ദൈവത്തിന്റെ ശക്തികൊണ്ട് ചുങ്കികൾക്ക് ഉറക്കമുണ്ടായി. ചുങ്കം കൊടുക്കാതെ തണ്ടയാന്മാർക്ക് രക്ഷപ്പെടുവാൻ കഴിഞ്ഞു.

തണ്ടയാന്മാർ ചെല്ലുന്നതിനുമുമ്പേ ദൈവം ആമേരി വീട്ടിൽ കയറിച്ചെന്നു. അകത്ത് പന്ത്രണ്ട് പാത്രങ്ങളിൽ നിറയെ മദ്യം ഉണ്ടായിരിക്കെ ഒരു തുള്ളിപോലും ഇല്ലെന്നാണ് ആ 'വെളുത്തു കുറിയ' നായരോട് തണ്ടയാത്തി പറഞ്ഞത്. ദൈവം അകത്ത് കടന്ന് ആ മദ്യം മുഴുവൻ എടുത്തുകുടിച്ചു. ദൈവത്തിന്റെ മീശപോലും നനഞ്ഞില്ല. അപ്പോഴേക്കും തണ്ടയാന്മാർ എത്തിച്ചേർന്നു. അവർക്ക് മദ്യം കൊടുപ്പാനായി തണ്ടയാത്തി അകത്തുചെന്നു നോക്കിയപ്പോൾ ഒരു തുള്ളിപോലും കണ്ടില്ല. തങ്ങൾ വരുന്നതിനുമുമ്പ് അവിടെ ആരെങ്കിലും വന്നിരുന്നുവോ എന്ന് തണ്ടയാന്മാർ ചേദിച്ചു. 'വെളുത്തു കുറിയ നായര്' വന്നിരുന്നുവെന്ന് തണ്ടയാത്തി പറഞ്ഞു. അത് ദൈവമാണെന്ന് തണ്ടയാന്മാർ വ്യക്തമാക്കി. അത്ര ശക്തിയുള്ള ദൈവമാണെങ്കിൽ പണ്ടേപ്പോലെ പാത്രങ്ങളിൽ മദ്യം നിറഞ്ഞുകാണുവാൻ അവർ പ്രാർത്ഥിച്ചു. പാത്രങ്ങളിൽ മദ്യം നിറഞ്ഞു കണ്ടു.

### മരണാനന്തര ജീവിതം

മൺമറഞ്ഞ പൂർവ്വികരുടെ മരണാനന്തരജീവിതത്തെ വർണ്ണിക്കുന്ന

ഒരുതരം പുരാവൃത്തം (എസ്കാറ്റോളജിക്കൽ മിത്ത്) വീരപുരാവൃത്തങ്ങളിൽ പെടുന്നുണ്ട്. മന്ദപ്പന്റെ മരണാനന്തര ജീവിതമാണ് കതുവനൂർവീരൻതെയ്യത്തിന് പ്രസക്തിയുളവാക്കുന്നത്. മരണാനന്തരം ദൈവമായി മാറിയ മന്ദപ്പന്റെ ചെതന്യം അണ്ണുക്കനിൽ ആവേശിച്ച് വെളിപ്പെട്ട്, മരിച്ചുവെന്ന് ഭാവിച്ച് തനിക്ക് പരേതക്രിയകളൊന്നും ചെയ്യേണ്ടതില്ലെന്നും 'ദൈവക്കരു'വായി മാറിയ തനിക്ക് പൂജയും തോറ്റവും കെട്ടിക്കോലവുമാണ് വേണ്ടതെന്നുമാണല്ലോ അറിയിച്ചത്.

ദേവതയുടെ സ്ഥാനാന്തര സഞ്ചാരവും മരണാനന്തരജീവിതത്തിന്റെ ഭാഗമാണ്. നാല് തണ്ടയാന്മാരോടൊപ്പം കതുവനൂർവീരൻ ദൈവം മലനാട്ടിൽ എത്തിച്ചേർന്നുവെന്നാണ് പുരാവൃത്തം.

ഈ വീരപുരാവൃത്തം ഒരു ദുരന്തചരിതമെന്ന് തോന്നാമെങ്കിലും, ഒരു പരാക്രമിയുടെ മരണാനന്തരമുള്ള ഉയിർത്തെഴുന്നേല്പിന്റെ കഥ കൂടി അതിൽ ആഖ്യാനം ചെയ്യുന്നുണ്ടെന്നത് ശ്രദ്ധേയമാണ്.

## ഉറ്റവരുടെ ചതി

വീരാപദാനപരമായ മിത്തുകളിൽ 'വീരൻ' ഉറ്റവരിൽനിന്നും ഏതെങ്കിലും തരത്തിലുള്ള വഞ്ചനയ്ക്കിരയായിത്തീരുന്നതായി പ്രായേണ വർണ്ണിക്കപ്പെട്ടുകാണാം. പുലി മറഞ്ഞ തൊണ്ടച്ചൻ, മരുതിയോടൻ കുരിക്കൾ, ആരോമൽച്ചേകവൻ, തച്ചോളിഉദയനൻ, മുരിക്കഞ്ചേരികേളു, ചേമ്പയിൽകുങ്കൻ, പൂവള്ളൂർ കണ്ണൻ, പുതുനാടൻ ചന്തു തുടങ്ങിയവരുടെ ചരിതങ്ങൾ അതിന് തെളിവാണ്. കതുവനൂർവീരൻ തോറ്റത്തിലെ നായകനായ മന്ദപ്പൻ പിതാവിന്റെ കോപത്തിനും ഉറ്റമിത്രങ്ങളുടെ ചതിക്കുമിരയാകുന്നുണ്ട്. ആദ്യദർശനത്തിൽത്തന്നെ ചെമ്മരത്തിയിൽ മോഹം ജനിച്ച മന്ദപ്പന്, ഒടുവിൽ അവളിൽനിന്നുതന്നെ അപമാനവാക്കുകൾ കേൾക്കേണ്ടതായും വന്നു. പടയിൽ വിജയിച്ച ആ പടവീരൻ വീണ്ടും 'പാറിപ്പറന്ന് പടുവളത്തിൽ പോയിച്ചെന്ന്' ശത്രുക്കളുടെ 'മാരിപെയ്യും പോലെ വരുന്ന ശരങ്ങൾക്കു' മുമ്പിൽ മാറുകാട്ടിക്കൊടുത്തത് ആ ദുരനുഭവങ്ങളുടെ പേരിലാണല്ലോ. സ്ത്രീയെന്ന പ്രലോഭനശക്തിക്ക് കീഴ്പ്പെടുക, ഭാര്യയുടെ വഞ്ചനയ്ക്കിരയാവുക തുടങ്ങിയവ വീരപുരാവൃത്തങ്ങളുടെ ഒരു സവിശേഷതയാണ്.

## ഉന്നതദൈവം

തോറ്റംപാട്ടിലെ ദൈവങ്ങളിൽ മിക്കതും 'കീഴ്ദൈവ'ങ്ങളായിട്ടാണ് സങ്കല്പിക്കപ്പെട്ടിരിക്കുന്നത്. സവർണ്ണക്ഷേത്രങ്ങളിലെ ദേവതകളത്രെ 'ഉന്നതദൈവ'ങ്ങൾ. തെയ്യാട്ടത്തിലെ ദേവതകൾ ആ 'ഉന്നത ദൈവ'ങ്ങളെ ആദരിക്കുകയും തങ്ങളുടെ രക്ഷകനോ രക്ഷകിയോ ആയി കരുതുകയും ചെയ്യുന്നു. കതുവനൂർ വീരന്റെ പുരാവൃത്തത്തിൽ ചുഴലിബ്ഭഗവതിയെ

'രക്ഷകി'യായിട്ടാണ് സങ്കല്പിച്ചിട്ടുള്ളത്. ഉന്നതദൈവങ്ങളുടെ കീഴിലോ സ്വന്തമായ അധികാരത്തിൽത്തന്നെയോ ഭരണച്ചുമതല വഹിക്കുന്ന ദേവതകൾ ഉണ്ടെന്ന് തോറ്റംപാട്ടുകൾ വിഭാവനം ചെയ്യുന്നു. 'മഹീപാലനം ചെയ്യുവാൻ' ഒരു ബാലകൻ വേണമെന്ന ചുഴലിബ്ഭഗവതിയുടെ ആഗ്രഹപ്രകാരമാണ് മന്ദപ്പൻ ജനിച്ചതുതന്നെ. പടയിൽ വീണുമരിച്ച ആ വീരൻ വീരസ്വർഗ്ഗം പ്രാപിക്കാൻ പോകുമ്പോൾ,

'ഇപ്പോൾ വിമാനം കയറേണ്ട നീയെടോ
എപ്പൊഴും ഭൂമിയിൽ ദൈവമായ് വാഴ്ക നീ'

എന്നാണ് ചുഴലിബ്ഭഗവതി കല്പിച്ചത്.

## സ്വഗതാഖ്യാനം

തോറ്റംപാട്ടുകളിൽ സ്വഗതാഖ്യാനരൂപത്തിലുള്ള ഭാഗം കാണാൻ കഴിയും. ദേവതയെ 'വരവിളിച്ച്' മനസ്സിൽ കുടിയിരുത്തിയാൽ കോലക്കാരൻ ദേവതാ ചൈതന്യമുള്ളവനായിത്തീരുമെന്നാണ് സങ്കല്പം. അതിനുശേഷമുള്ള പാട്ടുകളിൽ സ്വഗതാഖ്യാനരൂപം കാണാം. മനുഷ്യൻ ദേവതയുടെ വേഷമണിഞ്ഞ്, ദേവത (തെയ്യം) തന്നെയായി ആടുന്നുവെന്ന വിശ്വാസമാണ് സ്വഗതാഖ്യാനരൂപത്തിലുള്ള പാട്ടുകളുടെ പശ്ചാത്തലം. സുദീർഘമായ സ്വഗതാഖ്യാനങ്ങൾ തോറ്റംപാട്ടുകളിൽ കൂടുതൽ ഇല്ലെങ്കിലും, നാതിദീർഘങ്ങളായ സ്വഗതാഖ്യാനങ്ങൾ അനേകമുണ്ട്. ദീർഘമായ സ്വഗതാഖ്യാനമാണ് കതുവനൂർ വീരൻ തെയ്യത്തിനുള്ളത്.

'പിറന്നു ഞാൻ മാങ്ങാട്ട് വളർന്നു ഞാൻ കതുവനൂര്
നാലു മൂരിക്കിടാങ്ങളും നാല്വർ ചങ്ങാതികളെ കൂടയും
കളിച്ചും ചിരിച്ചും കണ്ടു കൂട്ടത്തിൽമീത്തൽ ഞാൻ കൈയെടുത്തു'

എന്നിങ്ങനെയാണ് അതിന്റെ സ്വഭാവം. വീരാപദാനങ്ങൾ ആഖ്യാനം ചെയ്യുന്ന നീണ്ടപാട്ടുകൾ സ്വഗതാഖ്യാനരൂപത്തിൽ ആയിരിക്കുകയെന്നത് സ്വാഭാവികമാണ്. *ദീർഘമായ വീരാപദാനകവിതകളിൽ പ്രഥമപുരുഷനിൽ, തന്റെ കഥ താൻ തന്നെ പറയുന്ന ഒരു പ്രത്യേകരീതി കാണാമെന്ന് ബൗറെ ചൂണ്ടിക്കാട്ടിയിട്ടുണ്ട്.*[16]

## ആത്മവീര്യം ആയുധത്തിൽ

ഒരു പടവീരൻ മറ്റെന്തിനേക്കാളും വിലമതിക്കുന്നത് അയാളുടെ ആയുധത്തിനായിരിക്കും. മന്ദപ്പൻ ചെന്തെങ്ങോട് ചാർന്നുവച്ച വില്ല് കുമരച്ചൻ ചവിട്ടിത്തകർത്തപ്പോൾ ആ പടവീരന്റെ ആത്മവീര്യം ഉണരുന്നതായി കാണാം.

'ആയുധം പോവതും ആയുസ്സു പോവതും ഒക്കുമെനിക്ക്' എന്നു

പ്രസ്താവിച്ചുകൊണ്ട്, എന്നെന്നേക്കുമായി ആ ഭവനം വിട്ടിറങ്ങുകയാണല്ലോ മന്ദപ്പൻ ചെയ്തത്.

**അതിമാനുഷ ഘടകങ്ങൾ**

*പുരാവൃത്തഘടനയുടെ വികാസത്തിന് പോഷകമാകുമാറ് പല അതിമാനുഷഘടകങ്ങളും [*17] പ്രത്യക്ഷപ്പെടുക സ്വാഭാവികമാണ്.* അലൗകിക സഹായികൾ, അസാധാരണ സംഭവങ്ങൾ തുടങ്ങിയവ കതുവനൂർ വീരൻ തോറ്റത്തിലും കാണാൻ കഴിയും. ദേവദൂതൻ രണഭൂമിയിലെത്തി മന്ദപ്പന്റെ ആത്മാവോട് സ്വർഗ്ഗത്തിലേക്ക് പോകുവാൻ ആവശ്യപ്പെടുന്നതും, പടക്കളത്തിൽ നിന്ന് നഷ്ടപ്പെട്ട ചെറുവിരലും പീഠമോതിരവും പാറിപ്പറന്ന് വീട്ടിലെ തേൻകദളിവാഴയിൽ ചെന്നുവീഴുന്നതുമൊക്കെ ലോകസാധാരണമായ സംഭവങ്ങളായി എണ്ണുവാൻ നിർവ്വാഹമില്ല. മന്ദപ്പന്റെ ശരീരം ദഹിപ്പിക്കുവാൻ വിറകില്ലാതെ വിഷമിക്കുമ്പോൾ ചുഴലിബ്ഭഗവതിയുടെ അനുഗ്രഹത്താലത്രെ ‘ആയിരക്കൊമ്പൻ വൈരിക്കൊമ്പൊന്ന്’ അടർന്നുവീണത്.

# സാമൂഹിക പരാമർശം

സമകാലിക സാമൂഹികജീവിതത്തെപ്രതിഫലിപ്പിക്കുകയെന്നത് നാടൻ പാട്ടുകളുടെ എന്നല്ല, ഏതു സാഹിത്യത്തിന്റെയും ധർമ്മമാണ്. പക്ഷേ, അവ വസ്തുതകളെ യഥാതഥമായി ആവിഷ്കരിക്കുന്നവ തന്നെ യാകണമെന്നില്ല. *'സാമൂഹികഭാവത്തെ പ്രതിരൂപവല്കരിക്കുക'യാണ്*[*18] *അവ ചെയ്യുന്നതെന്നു പറയാം.* സാമൂഹികവും സാംസ്കാരികവുമായ മൂല്യമുള്ള പാട്ടാണ് *കതുവനൂർവീരൻ തോറ്റം.* തൊഴിൽ, കച്ചവടം, ഉല്പാദനപ്രക്രിയ, ആചാരമര്യാദകൾ, ദായക്രമം, ഉച്ചനീചത്വകല്പനകൾ, വിനോദം, വിശ്വാസങ്ങൾ, ശകുനം, നിമിത്തം, അറുകൊലവാക്ക്, സംസ്കാരക്രിയകൾ തുടങ്ങി നിരവധി കാര്യങ്ങൾ ഇതിൽനിന്ന് മനസ്സിലാക്കുവാൻ കഴിയും.

### സാധനവിനിമയം

ജീവസന്ധാരണത്തിന് ആവശ്യമായ വസ്തുക്കളുടെ ഉല്പാദനം, ശേഖരണം, വിപണനം തുടങ്ങിയവ മനുഷ്യരാശിയുടെ പ്രഥമവും പ്രധാനവുമായ കർത്തവ്യമാണ്. ഇവയുടെ സ്വഭാവം എക്കാലവും ഒരേ വിധമായിരിക്കണമെന്നില്ല. നാട്ടുപ്രദേശങ്ങളിൽനിന്ന് കാളപ്പുറത്ത് സാധനങ്ങൾ കയറ്റി കുടക്, വയനാട് തുടങ്ങിയ മലമ്പ്രദേശങ്ങളിൽ ചെന്ന് സാധനവിനിമയം ചെയ്യുന്ന പതിവുണ്ടായിരുന്നു. കതുവനൂർവീരൻ തോറ്റത്തിൽ ഇതിന്റെ വർണ്ണന കാണുന്നുണ്ട്. ഓരോ നാട്ടിലൂടെയും കച്ചവടം ചെയ്തുപോകുമ്പോൾ നാടുവാഴികൾക്ക് ചുങ്കം കൊടുക്കണമെന്ന വ്യവസ്ഥയും നിലവിലുണ്ടായിരുന്നു. ചുങ്കസ്ഥാനങ്ങളിൽ നിന്ന് സാധനവിനിമയം ചെയ്യുവാൻ സൗകര്യമുണ്ടായിരുന്നു. കുറുമാത്തൂര്, ചുഴലി, ശ്രീകണ്ഠപുരം, വണ്ണായ്ക്കടവ്, ഇടുമ്പക്കടവ്, വെള്ളാകുളം തുടങ്ങിയ താവ

ളങ്ങൾ കടന്ന് കുടകർമലയ്ക്ക് പോകുവാനുള്ള ഒരു വഴിയുടെ ചിത്രം ഈ പാട്ടിൽനിന്ന് ലഭിക്കും.

**എണ്ണക്കച്ചവടം**

എള്ള് വാങ്ങി മരച്ചക്കിലാട്ടി എണ്ണയെടുത്ത് ഊര് ചുറ്റി എണ്ണക്കച്ചവടം നടത്തുകയെന്നത് ലാഭകരമായ തൊഴിലായിരുന്നു. അതുകൊണ്ടാണ് കതുവനൂരമ്മയും ചെമ്മരത്തിയും മന്ദപ്പനെ അതിനു പ്രേരിപ്പിച്ചത്.

'വീരരാജൻ പേട്ടയ്ക്കും പോയെണ്ണ മാറി
പട്ടണത്തു ചന്തയിലും പോയെണ്ണ മാറി
കൊടകർമല പന്ത്രണ്ടുകൊമ്പിനും പോയെണ്ണ മാറി'

മന്ദപ്പൻ 'പത്തിനു പതിനാറായി' ലാഭമുണ്ടാക്കിയതായി പാട്ടിൽ പറയുന്നു.

നാടൻ പ്രദേശങ്ങളിൽ നിന്ന് കുടകർ മലയ്ക്കും മറ്റും പോയി സ്ഥിരവാസമാക്കിയവർ ദുർല്ലഭമായെങ്കിലും ഉണ്ടായിരുന്ന ഒരു കാലത്തെയാണ് കതുവനൂർവീരൻതോറ്റം പ്രതിനിധീകരിക്കുന്നത്. മലനാട്ടിൽ നിന്ന് പോയവർ അവിടെ 'വാഴ കോഴ ചീര വൈനി നട്ടുണ്ടാക്കി' 'നിലവും ഫലവും കുളിർപ്പിക്കു'ന്നത് മുത്താർമുടി കുടകർക്ക് അസൂയ ജനിപ്പിച്ചിരുന്നു.

**ദായക്രമം**

മക്കത്തായം, മരുമക്കത്തായം എന്നീ രണ്ടു ദായക്രമങ്ങളും ഒരേപോലെ അനുസരിക്കുന്നവരുണ്ടായിരുന്നുമെന്ന് കതുവനൂർവീരൻതോറ്റം വ്യക്തമാക്കുന്നു. അമ്മാവനും അമ്മായിക്കും മന്ദപ്പനോട് ഉറ്റ സ്നേഹമുണ്ടായിരുന്നു.

'പാതിപ്പറമ്പും പടിഞ്ഞാറ്റയും മന്ദപ്പന്
പാതിപ്പറമ്പും വടക്കിനയും അണ്ണുക്കന്
സ്ഥാനത്തു കൊട്ടിലും എരുതാലയും
ഇരുവര് കണ്ടും കോട്ടെ'

എന്നാണ് അവർ തീരുമാനിച്ചത്. സ്വത്ത് മകനും മരുമകനും തുല്യമായിട്ടുതന്നെയാണ് പങ്കുവച്ചുകൊടുത്തത്.

ജാതിവ്യവസ്ഥ പാലിച്ചിരുന്ന ഒരു കാലഘട്ടത്തെയാണ് ഈ പാട്ട് സൂചിപ്പിക്കുന്നത്. നേരിയ ജാതിവ്യത്യാസം പോലും നിസ്സാരമായി കരുതിയിരുന്നില്ല. തീയ്യ സമുദായത്തിൽ ജനിച്ച മന്ദപ്പനും, തണ്ടയാൻ ജാതിയിൽ ജനിച്ച ചെമ്മരത്തിയും തമ്മിലുള്ള വിവാഹം അമ്മാവന്റെയും അമ്മായിയുടെയും പൂർണ്ണ സമ്മതത്തോടെയായിരുന്നില്ല.

**'പച്ചോടപരിശം'**

പ്രേമബന്ധങ്ങൾ വിലക്കപ്പെട്ടിരുന്നില്ല. വരൻതന്നെ വധുവിനെക്ക

ണ്ട് 'കൈനിലകുറിച്ച്' വരുന്ന സംഭവങ്ങളും ഉണ്ടാകാറുണ്ടായിരുന്നുവെന്ന് കതുവനൂർവീരൻതോറ്റത്തിൽ നിന്ന് ഗ്രഹിക്കാം. തിയ്യൻ, തണ്ടാൻ തുടങ്ങിയ സമുദായങ്ങളിൽ പുടവ(പച്ചോടം) കൊടുക്കുന്ന സമ്പ്രദായ (പുടമുറികല്യാണ)മാണ് നിലവിലിരുന്നത്.

'പടിഞ്ഞാറ്റ അടിച്ചു തളിച്ചൊരു ദീപം വെച്ചു
രണ്ടേ രണ്ട് ആമേണപ്പലകയെടുത്തുവെച്ചു
പത്തു പണവും പച്ചോടവും പരിശം ചെയ്തു
അന്നവിട മങ്ങലമായി സുഖം കഴിഞ്ഞു'

എന്നീ വരികളിൽ മന്ദപ്പനും ചെമ്മരത്തിയും തമ്മിലുണ്ടായ വിവാഹത്തിന്റെ ചടങ്ങാണ് വ്യക്തമാക്കുന്നത്.

## വീരമൃത്യുവും അനുമരണവും

പടയുണ്ടെന്നു കേട്ടാൽ സർവ്വവും വിസ്മരിച്ച് പടുവളത്തിൽ എത്തിച്ചേരുന്ന വീരയോദ്ധാക്കൾ അക്കാലത്ത് ദുർല്ലഭമായിരുന്നില്ല. പടവിളി കേട്ടാൽ ചോറുണ്ണുന്നതുകൂടി യോഗ്യമല്ല എന്നായിരുന്നു പടവീരന്മാരുടെ മനോഗതി.

'ചങ്ങാതികൾക്കു ജയമെങ്കിൽ ഞാനിങ്ങാകട്ടെ
മറുതലയ്ക്കു ജയിച്ചുവെങ്കിലോ ഞാനങ്ങാകട്ടെ'

എന്ന് രണ്ടുംകല്പിച്ച് പടയ്ക്കിറങ്ങിയ കതുവനൂർ വീരൻ മരണത്തെ ഭയപ്പെട്ടിരുന്നില്ല.

പടയ്ക്കിടയിൽ മുറിവോ അംഗവൈകല്യമോ സംഭവിച്ചാൽ അത് വലിയൊരു അപമാനമായിട്ടാണ് കരുതിപ്പോന്നിരുന്നത്. പടയിൽ വിജയിച്ച മന്ദപ്പൻ, തന്റെ ചെറുവിരൽ നഷ്ടപ്പെട്ടതിനാലാണല്ലോ ശത്രുക്കളുടെ താവളത്തിലേക്ക് വീണ്ടും കുതിച്ച് ഒളിയമ്പേറ്റ് മരണംവരിച്ചത്. സംഘകാലത്തെ യുദ്ധവീരന്മാരുടെ സ്വഭാവത്തെയാണ് ഇത് അനുസ്മരിപ്പിക്കുന്നത്.

സംഘകാലത്ത് സതി(ഉടന്തടിച്ചാട്ടം) ദുർല്ലഭമായി നിലവിലുണ്ടായിരുന്നുവത്രെ. എന്നാൽ, അത് സാർവ്വത്രികമായിരുന്നില്ല. പില്ക്കാലത്ത് ആ ആചാരം തുടർന്നുമില്ല. കതുവനൂർവീരൻതോറ്റത്തിൽ 'ഉടന്തടിയെപ്പറ്റി' പരാമർശമുണ്ട്. എന്നാൽ ചെമ്മരത്തി ഭർത്താവിന്റെ ചിതയിൽ ചാടിയത് ഒരാചാരമെന്ന നിലയ്ക്കല്ല. അത് ഒറ്റപ്പെട്ട ഒരു സംഭവം മാത്രമാണ്.

## അറുകൊലവാക്ക്

അറുകൊല വാക്കുകൾ ഫലത്തിൽ വരുമെന്ന വിശ്വാസം നിലവിലുണ്ടായിരുന്നു. മന്ദപ്പൻ പടയ്ക്കു പുറപ്പെടുന്ന സന്ദർഭത്തിൽ,

'നിന്റെ ആയുസ്സു മുറിഞ്ഞുപോകൂലും കുറ്റമില്ല',

'തന്തല വെട്ടി തൻ മെയ്യിൽ രുധിരം കാണാം',
'പടകാണാൻ പോയിതോരു മന്ദപ്പന്
കുടകരുടെ കള്ളപ്പടയിൽ കൊത്തിപ്പോട്ടെ
ആറു മുറിച്ചിട്ടറുപത്താറ് ഖണ്ഡം പോട്ടെ
നൂറ് മുറിച്ച് നൂറ്റെട്ടെല്ലാം ചിന്നംപോട്ടെ'

എന്നിങ്ങനെ ചെമ്മരത്തി പറഞ്ഞ വാക്കുകൾ മന്ദപ്പന് അനുഭവത്തിൽ വരുന്നുണ്ട്. ഇത്തരം 'ശരവാക്കു'കൾ പറയുന്നത് സ്വബോധത്തോടെ യല്ലെന്നും ദൈവം തോന്നിക്കുന്നതാണെന്നുമാണ് വിശ്വാസം. 'നിന്നെ ക്കൊണ്ട് പറയിച്ചിതൊരു ദൈവ'മാണ് എന്ന് മന്ദപ്പൻ പറഞ്ഞതിന്റെ പൊരുളതാണ്.

## സംസ്കാരക്രിയകൾ, ആചാരങ്ങൾ

ജനനം മുതൽ മരണപര്യന്തമുള്ള സംസ്കാര ക്രിയകളെയും ആചാരാനുഷ്ഠാനങ്ങളെയുംകുറിച്ചുള്ള പരാമർശങ്ങൾ നാടൻപാട്ടുകളിൽ കാണുക സ്വാഭാവികമാണ്. കതുവനൂർവീരൻതോറ്റത്തിലും അത്തരം സാമൂഹികാംശങ്ങൾ കുറഞ്ഞ തോതിലെങ്കിലും അടങ്ങിയിട്ടുണ്ട്. ഗർഭി ണികളെ പുരസ്കരിച്ച് ഏഴാംമാസത്തിൽ കഴിക്കാറുള്ള പുങ്ങൻ, പുളി കുടി എന്നീ കർമ്മങ്ങളെക്കുറിച്ച് അതിൽ പറയുന്നുണ്ട്. നവജാതശി ശുവിന് ചെന്തെങ്ങിന്റെ ഇളനീർ കൊത്തിയുടച്ച് കലശമാടുന്ന പതിവു ണ്ടായിരുന്നു. കുട്ടിക്ക് 'ചരടുകെട്ടി കണ്ണെഴുതി പാൽ പകരുന്ന'ത് ഇരു പത്തേഴാം നാളിലത്രെ. 'അന്നരസമൂട്ടി പൊന്നണക്കേണ്ട'ത് ആറാം മാസ ത്തിലാണ്. അതിന് നാളും മുഹൂർത്തവും നോക്കണം. പെരുങ്കണിയാ നാണ് നാളും രാശിയും ഗണിക്കുക പതിവ്. ഈ കാര്യങ്ങളെല്ലാം കതു വനൂർവീരൻതോറ്റത്തിൽ നിന്ന് മനസ്സിലാക്കാം.

സ്ത്രീകൾക്ക് ആർത്തവമുണ്ടായാൽ മൂന്ന് രാവും മൂന്ന് പകലും വർജ്ജിക്കുന്നതും നാലാം ദിവസം മാറ്റുടുത്ത് കുളിക്കുന്നതും, അഞ്ചാം ദിവസം നീരാടി അരികൊണ്ട് കുറിയിടുന്നതും പല സമുദായങ്ങളിലും നടപ്പുണ്ടായിരുന്ന പഴയ ആചാരങ്ങളായിരുന്നു.

'മൂന്നു രാവും മുപ്പകലും വേർതിരിഞ്ഞു
നാലാം പുലരിയിൽ നന്മാറ്റുടുത്തു പാൽക്കുളം പുക്ക്
അഞ്ചു നീരാടി അരിയാൽ ശേഷിക്കുറിയും തൊട്ടു'

എന്നിങ്ങനെ തോറ്റംപാട്ടിൽ അതിനെക്കുറിച്ചുള്ള പരാമർശം കാണാം.

## പരേതക്രിയ

മരിച്ചാൽ അഗ്നിദാനം, ഭൂമിദാനം എന്നിങ്ങനെ രണ്ട് സംസ്കാര ക്രിയാരീതികൾ നടപ്പുണ്ടായിരുന്നുവെന്ന് കാതുവനൂർ വീരൻതോറ്റ ത്തിൽ നിന്ന് മനസ്സിലാക്കാം.

'അഗ്നിദാനോ ഭൂമിദാനോ ചെയ്യ്ന്ന് നമ്മുടെ മന്ദപ്പന

അഗ്നിദാനം ചെയ്യാനൊരുകൊള്ളി വിറകില്ലല്ലോ
ഭൂമിദാനം ചെയ്യാനൊരു മണ്ണായുധമില്ല'

എന്നീ വരികളിൽ അത് സൂചിപ്പിക്കുന്നുണ്ട്, അഗ്നി സംസ്കാരത്തിന് സൗകര്യമുണ്ടെങ്കിൽ അതുതന്നെ ചെയ്തുപോന്നിരുന്നു.

മരിച്ചാലുള്ള ആശൗച(പുല)ത്തിന് സമുദായംതോറും ഏറ്റക്കുറച്ചിലുണ്ടായിരുന്നു. തീയർക്കും മറ്റുമിടയിൽ 'ഏഴും പതിമൂന്നു'മാണ് നടപ്പുണ്ടായിരുന്നത്.

**സ്വപ്നദർശനം**

സ്വപ്നം ചിലർക്ക് ചില കാലത്തുമാത്രം ഒക്കുമെന്നാണ് പൊതുവിശ്വാസം. എന്നാൽ, കതുവനൂർ വീരൻതോറ്റത്തിൽ സ്വപ്നം അനുഭവത്തിൽ വന്നതായിട്ടുതന്നെയാണ് കാണുന്നത്. തനിക്ക് ഗർഭമുണ്ടെന്ന് ചക്കി മനസ്സിലാക്കിയത് സ്വപ്നത്തിലൂടെയാണ്.

'മടിനിറയ കോഴപ്പഴവും കിനാവിൽ കണ്ടോ
മുടിനിറയ മൂർഖൻ പാമ്പിന കിനാവു കാണുന്നോ
പുഞ്ചയരിയും പുതുക്കലവും കിനാവു കാണുന്നു
ആര്യത്തത്ത മടിയിൽ പാറി കളിക്ക കാണുന്ന്
ഇടമുലതാങ്ങി വലമുല മകനു കൊടുക്കക്കാണുന്ന്'

ചക്കിയുടെ സ്വപ്നദർശനത്തിന്റെ സ്വഭാവമിതാണ്. ലൈംഗിക വേഴ്ചയുടെ പ്രതീകമാണ് പാമ്പെന്ന് ആധുനിക മനശ്ശാസ്ത്രവും പറയുന്നുണ്ടല്ലോ.

**ശകുനം, നിമിത്തം**

ശകുനം നോക്കുന്ന പതിവിനെപ്പറ്റി കതുവനൂർ വീരൻതോറ്റത്തിൽ പറയുന്നുണ്ട്. പൊന്നുരുക്കി 'പൊൻശകുനം' പറയുന്ന തട്ടാനെ അതിൽ കാണാം.

'അരിശം പാരംകടിയവനായി മെയ്വളരും പൊന്മകനോ
ഇന്നാടൊഴിച്ച് കുടകരെ മലക്കൊരു വാഴ്ച പോരും'

എന്നാണ് തട്ടാൻ പൊന്നുരുക്കിയതിന്റെ ഫലം പറഞ്ഞത്.

ഭക്ഷണത്തിനിടയിൽ ചോറുരുള മുറിയുകയോ, കല്ല്, തലനാര് തുടങ്ങിയവ ചോറിൽ കാണുകയോ ചെയ്യുന്നത് ദുശ്ശകുനമാണ്. 'അന്നം മുറിഞ്ഞാലായുസ്സിന്നൊരു മുറിവുണ്ടാകും' എന്നാണ് വിശ്വാസം. യാത്രാരംഭത്തിൽ പടിക്ക് മുട്ടി ചോര വരുന്നതും, ചെന്തലയൻ ഓന്ത് മുറിയെ പായുന്നതും നിമിത്ത ദോഷങ്ങളത്രെ.

**നാട്ടറിവിന്റെ ശകലങ്ങൾ**

കതുവനൂർവീരൻതോറ്റം നാട്ടറിവിന്റെ പല മേഖലകളിലേക്കും

വെളിച്ചം പകരുന്നുണ്ട്. പണ്ടത്തെ ചില വിത്തിനങ്ങളുടെ പേരുകൾ അതിൽ സൂചിപ്പിക്കപ്പെട്ടിരിക്കുന്നു. 'ഇട്ടിച്ചെന്നെല്ല് ലങ്കാപുരിയൻ വിത്ത്....' തുടങ്ങിയ പേരുകൾ ശ്രദ്ധിക്കുക.

പ്രാചീനകാലത്ത് നിലവിലിരുന്ന ക്രീഡാവിനോദങ്ങളെക്കുറിച്ചുള്ള അറിവ് പരിമിതമാണ്. ആ നിലയിൽ പഴയ പാട്ടുകളിൽ നിന്ന് ലഭിക്കുന്ന അറിവ് വിലപ്പെട്ടതുതന്നെയാണ്.

> 'തന്റെ പൂതൊത്ത ചങ്ങാതികളും താനും കൂട
> മാങ്ങാട്ട് തെരുവൻ പറമ്പിൽ കളിക്കാൻ പോയി
> ഉച്ചയാവോളം ഒറ്റയും കുറിയും എയ്തു കളിച്ചു'

എന്നിങ്ങനെ ചില പരാമർശങ്ങൾ കതുവനൂർവീരൻതോറ്റത്തിൽ നിന്ന് ലഭിക്കുന്നു. വിശാലമായ പറമ്പുകളിൽവച്ച് കുട്ടികൾ കളിച്ചിരുന്ന ഒരു വിനോദമത്രെ 'ഒറ്റയും കുറിയും'.

# ഭാഗം 2

# ഭാഷയും സാഹിത്യവും

## ഘടനാ സംവിധാനം

മറ്റു തോറ്റം പാട്ടുകളെന്നപോലെ കതുവനൂർവീരൻതോറ്റവും ഭാഷാപരവും സാഹിത്യപരവുമായ സവിശേഷതകൾ ഉൾക്കൊള്ളുന്നതാണ്. കതുവനൂർവീരനെ സംബന്ധിച്ച്, തെയ്യാട്ടക്കാരായ വണ്ണാന്മാർ പാടുന്ന തോറ്റങ്ങളും, ഈ ദേവതയെ ആരാധിക്കുന്ന തിയ്യരുടെ 'വരവിളി'യുമുണ്ട്. ഭാഷാപരമായ പ്രത്യേകതകളും ഗാനാവിഷ്കരണ ശൈലിയും നോക്കിയാൽ അവ രണ്ടും സമാന സ്വഭാവമുള്ളവയല്ല. വണ്ണാന്മാരുടെ തോറ്റങ്ങളെ അപേക്ഷിച്ച് അർവ്വാചീനമാണ് തീയരുടെ 'വരവിളി'. വണ്ണാന്മാരുടെ തോറ്റങ്ങൾ ഭാഷാവൃത്തങ്ങളുടെ സ്വതന്ത്രഗതിയാണ് പ്രായേണ കാണിക്കുന്നത്. എന്നാൽ, തീയരുടെ 'വരവിളി'കൾ, കാകളി, കളകാഞ്ചി തുടങ്ങിയ ലക്ഷണനിർണ്ണയം ചെയ്യപ്പെട്ട പ്രശസ്ത വൃത്തങ്ങളിൽ വിരചിതങ്ങളത്രെ.

ഘടനാപരമായ അപഗ്രഥനം ഫോക്‌ലോറിസ്റ്റിക്സിൽ അനുവർത്തിക്കുന്ന ഒരു പഠനപദ്ധതിയാണ്. മുഖ്യമായ മൂലഘടകങ്ങളെയും അവയുടെ വിന്യാസക്രമത്തെയും കണ്ടെത്തലാണ് അതിന്റെ പ്രത്യേകത. പദ-വാക്യഘടന, ഇതിവൃത്തഘടന, ബിംബയോജന തുടങ്ങിയവയെല്ലാം അപഗ്രഥനവിധേയമാക്കാറുണ്ട്. അപ്പോൾ അത് ശൈലീവിജ്ഞാനപരമായ ഒരന്വേഷണം കൂടിയായിത്തീരും. കതുവനൂർവീരൻതോറ്റത്തിലെ പദ-വാക്യഘടനങ്ങളിൽ കാണുന്ന സവിശേഷതകളും പദവിന്യാസക്രമവും പരിശോധിക്കാം

## തുല്ല്യാർത്ഥപദ പ്രയോഗം

ആവർത്തിച്ചുള്ള ശബ്ദവിന്യാസം ഒരു ശൈലിയുടെ പ്രതീതിയാണ് ഉളവാക്കുക. പല തരത്തിലുള്ള ആവർത്തനം അതിൽ കാണാൻ കഴിയും. തുല്ല്യാർത്ഥമുള്ള സമാനപദങ്ങളുടെ ആവർത്തനം അതിലൊന്നാണ്.

'*താലവും തളിക* പൊടിമയമാക്കി തമ്മരവിയമ്മ'
'വണ്ണായ്*ക്കടവ് പുഴ* ചുങ്കസ്ഥാനം'
'എന്നാലായതിന് കാലനേരം വഴിക്കവേണ്ട'
'രണ്ടു *നാമം പേർ* ചൊല്ലി ഞാനിരിക്കയില്ല'
'പല *ദിവസം നാൾ* കഴിയുമ്പോൾ'

## പദാവർത്തി

ഒരേ പദംതന്നെ ആവശ്യമില്ലെങ്കിലും ആവർത്തിക്കുന്ന ഒരു ശൈലി മറ്റു തോറ്റങ്ങളിലെന്നപോലെ കതുവനൂർ വീരൻ തോറ്റത്തിലും കാണാം.

'കണക്കിലധികം *ചെരിച്ചു ചെരിച്ചു* തന്നവെനിക്ക'
'*കുമ കുമ* മുഴക്കുന്നെന്റെ ചെങ്കതളിവാഴ'
*പുക്ക പുക്ക* പ്രായം നിനക്ക് മന്ദപ്പാ'
'*കണ്ട് കണ്ട്* വരുന്നല്ലോ കുമറച്ചനോ'
'*കേട്ട് കേട്ട്* നേരമ്മോനും പോന്നു വന്നു'

## സംഖ്യാസൂചക പദപ്രയോഗം

'ആറുമുറിച്ചിട്ടറുപത്താറ് ഖണ്ഡം പോട്ടെ
നൂറു മുറിച്ച് നൂറ്റെട്ടെല്ലാം ചിന്നം പോട്ടെ'
'ഒരു പത്തും പന്തീരാണ്ടും നല്പ്രായത്തിൽ'
'നാല്വര് തണ്ടയാന്മാര്'
'മൂന്നേ മൂന്ന് വലത്തു വന്നു'
'രണ്ടേ രണ്ട് ആമേണപ്പലക'
'അഞ്ചും രണ്ടും ഏഴ് പള്ളിയറ.'

## പദ-വാക്യ പുനരാവർത്തി

പദം, പദസമൂഹം എന്നിവയിൽ മാത്രമല്ല, പാദങ്ങളിൽപ്പോലും പ്രത്യേകതരത്തിലുള്ള ആവർത്തനം കാണാം.

'ഏഴിനും മീത്തൽ പോകുന്നോ നീ മന്ദപ്പാ
ഏഴിനും മീത്തൽ പോകുന്നു ഞാൻ ചെട്ടിയാനേ
ഏഴിനും മീത്തൽ പോകണ്ടയെന്റെ മന്ദപ്പായേ'

'കഞ്ഞി കുടിച്ചു പോകാം നിണക്ക് മന്ദപ്പാ
കഞ്ഞികുടിച്ചു പോകാമിപ്പോളവസരമില്ല'.

**പ്രത്യേക പദപ്രയോഗം**

1. ഒന്നാം പാദാന്ത്യത്തിലെ പദംകൊണ്ട് രണ്ടാം പാദം ആരംഭിക്കുകയെന്ന രീതി കതുവനൂർവീരൻതോറ്റത്തിൽ കാണാം.

'പൊടിക്കുളം കഴിഞ്ഞ് വണ്ണായ്ക്കടവിന് ചടങ്ങും മറിച്ചു
ചടങ്ങും മറിച്ച് നിരകൂട്ടിയവർ ചങ്ങാതികളും'
'കുറുമാത്തൂര് വലിയ തോട്ടത്തിൽ ചടങ്ങും മറിച്ചു
ചടങ്ങും മറിച്ച് നിരകൂടീട്ടിരിക്കുന്നവര് ചങ്ങാതികള്'
'ചിങ്ങത്താവളം ചിറ്റിടുമ്പ കഴികപ്പോയി
ചിറ്റിടുമ്പ പേരിടുമ്പ കഴികപ്പോയി'
'കുടകർമല പന്ത്രണ്ട് കൊമ്പിനും പോയി എണ്ണമാറി
എണ്ണമാറി പണവും കൊണ്ട് പോരുന്നേരം'

2 പാദാരംഭത്തിൽ ചില പ്രത്യേക പദങ്ങൾ കൂടുതൽ പ്രയോഗിച്ചു കാണുന്നുണ്ട്.

'*കടുക നടന്നു* മേലില്ലത്തിനു പോയിച്ചെന്നു'
'*കടുക നടന്നു* തമളത്തിലേക്കു പോയിച്ചെന്നു'
'*കടുക നടന്നു* ഊരമ്പലത്തിലേക്കു ചെല്ലുന്നോ'

'*കണ്ടാരല്ലോ* കതുവനൂരെ ചങ്ങാതികള്'
'*കണ്ടാരല്ലോ* കതുവനൂരെ കാളമ്മന'
'*കണ്ടാരല്ലോ* അഞ്ചരമനക്കൽ വാഴുന്നവര'

'*കേൾപ്പിതായോ* നീ മകനേ മന്ദപ്പാ'
"*കേൾപ്പിതായോ* നിങ്ങളെന്റെ ചങ്ങാതികളെ'
'*കേൾപ്പിതായോ* നിങ്ങളെന്റെ ചെട്ടിയാനേ'

'*കേൾപ്പതുണ്ടോ* നീയുമെടോ മന്ദപ്പാ'
'*കേൾപ്പതുണ്ടോ* നിങ്ങളെന്റെ തക്കന്മാരെ'
'*കേൾപ്പതുണ്ടോ* നീയുമെടോ ചെമ്മരത്തി'

'അപ്പഴും പറയുന്നല്ലോ ചെട്ടിയാനും'
'അപ്പഴും പറയുന്നല്ലോ കുമരച്ചൻ'
'അപ്പഴും ചോദിക്കുന്നല്ലോ കതുവനൂരമ്മ'

3. പാദാന്ത്യത്തിൽ ചില പ്രത്യേക പദപ്രയോഗങ്ങൾ കാണാം.

'കതുവനൂര് വരതൻകുന്ന് *കൈകപ്പോയി'*
'തണ്ണീരമ്പലം മുരമ്പുകല്ല് *കൈകപ്പോയി'*
'ആനപ്പാറ കൂവത്താമളം *കഴികപ്പോയി'*
'മോതിരക്കടവ് ചതുരൻ പുഴ *കൈകപ്പോയി'*
'മങ്ങാട്ട് നിടിയ കാഞ്ഞിരം *കൈകപ്പോയി'*

# ഭാഷയും പ്രയോഗങ്ങളും

**അ**ത്യുത്തര കേരളത്തിലെ വ്യവഹാര ഭാഷയുടെ സവിശേഷതകൾ പലതും കതുവനൂർ വീരൻതോറ്റം ഉൾക്കൊള്ളുന്നു. വിഭക്തി, സന്ധി എന്നിവയെ സംബന്ധിച്ച് പ്രത്യേകതകൾ, ക്രിയാരൂപത്തിലുള്ള സവിശേഷതകൾ, രൂപഭേദം എന്ന പദങ്ങൾ, പദങ്ങളിലെ വർണ്ണ വികാരം, പദ സങ്കോചം, ഗ്രാമ്യ പ്രയോഗങ്ങൾ എന്നിവയൊക്കെ ഈ പാട്ടിൽ കാണുവാൻ കഴിയും.

## വിഭക്തി പ്രത്യയ വിഷയം

വിഭക്തി പ്രത്യയ വിഷയമായി കതുവനൂർവീരൻ തോറ്റത്തിൽ കാണുന്ന സവിശേഷതകൾ പരിശോധിക്കാം.

ക) പ്രതിഗ്രാഹികാ വിഭക്തിപ്രത്യയമായ 'എ' ചേർക്കാതെ അകാരാന്തമായി ഉച്ചരിക്കുന്ന പദങ്ങൾ കാണാം. മന്ദപ്പന (മന്ദപ്പനെ), ചെമ്മരത്തീന, അമ്മേന, അവന, അവര, പൊന്മകമന, മൂരീന, ഭഗവതീന, വാരത്തപ്പന.

ഖ) സംബന്ധികാ വിഭക്തി പ്രത്യയത്തിന്റെ അർത്ഥത്തിൽ 'എ' ചേർന്നത്. അമ്മേരെ (അമ്മയുടെ), കുടകരെ (കുടകരുടെ), നായരെ, ദേവരെ, ഗണപതിയാരെ, നമ്മളെ.

ഗ) ഉദ്ദേശികാ വിഭക്തിപ്രത്യയമാ 'ഉ'ന്ന് പകരം ഇകാരം ഉച്ചരിക്കുന്നവ. കടവിനി (കടവിന്)

ഘ) 'ഇൽ' എന്ന ആധാരികാ വിഭക്തി പ്രത്യയം 'ഇല്' എന്ന് ഉച്ചരിക്കുക സർവ്വസാധാരണമാണ്. ഉദാ. നെറ്റീല്. 'ഇൽ' എന്നതിന് പകരം 'ആൽ' എന്ന് പ്രയോഗിച്ചു കാണാം. ഉദാ: എരുതാൽ രണ്ടിന (എരുതിൽ രണ്ടിന).

'ഇൽ' എന്ന പ്രത്യയം ഉപയോഗിക്കാത്ത രൂപങ്ങളും കാണാം.
നീർകിഴിഞ്ഞിനവര് (നീരിൽ കിഴിഞ്ഞിനവര്)

**സന്ധിവിഷയം**

ക) പദമദ്ധ്യത്തിലോ പദാന്ത്യത്തിലോ ചില്ലുകൾക്ക് ലോപം

| | |
|---|---|
| ക(ൽ)ക്കോണി | ഒരിക്കാ(ൽ) |
| വള(ർ)ന്നു | കിണറ്റി(ൽ) |
| പിറ്റന്നാ(ൾ) | |

ഖ) പദമദ്ധ്യലോപം മറ്റൊരു പ്രകാരം വരാം
പടിയി(ൽനി)ന്നു
കൂവ(ൽ)ക്കരക്ക്

ഗ) പദമദ്ധ്യത്തിലോ പദാന്യത്തിലോ വർണ്ണലോപം

| | |
|---|---|
| എല്ലാ(വ)രും | ചാണ(ക)ം |
| പോ(ക)ണം | |

ഘ) ലീലാതിലകത്തിലെ സന്ധിപ്രകാരണത്തിൽ കൊടുത്ത 'ഓർന്നിത്യം' എന്ന സൂത്രത്തെ സാർത്ഥകമാക്കുന്ന പദങ്ങൾ കതുവനൂർവീരൻ തോറ്റത്തിൽ ദുർല്ലഭമായെങ്കിലും കാണാം. ഉദാ: ഇതുവും. (ഇതു+ഉം->ഇതുവും)

**ക്രിയാരൂപവിഷയം**

ക്രിയാരൂപങ്ങളെ സംബന്ധിച്ച് കതുവനൂർവീരൻതോറ്റത്തിൽ കാണുന്ന പ്രത്യേകതകൾ നോക്കാം.

ക) വന്നിരുന്നു, പോയിരുന്നു എന്നിവയ്ക്ക് വന്നിനി, പോയിനി എന്നിങ്ങനെയുള്ള രൂപങ്ങൾ. മരിച്ചീനി, വിലക്കീനി, വെച്ചിനി, കൂട്ടീനി, പൊഴുതുകൊണ്ടിനി എന്നിങ്ങനെ അനേകം പദങ്ങൾ ഇപ്രകാരം കാണാം. വെച്ചിനീ, പോയിനി, കൂട്ടീനി എന്നിവ വെച്ചിന്, പോയിന്, കൂട്ടീന് എന്നിങ്ങനെയും ചിലേടങ്ങളിൽ പ്രയോഗിച്ചു കാണുന്നുണ്ട്.

ഖ) കൊള്ളുവിൻ, നടക്കുവിൻ തുടങ്ങിയവയ്ക്ക് പകരം കൊള്ളൂൻ, നടക്കൂൻ എന്നീ രൂപങ്ങൾ. കൊള്ളൂനേ, ഇരിക്കൂനേ എന്നിങ്ങനെയും കാണാം.

ഗ) പോയിക്കൊൾക, കേട്ടുകൊൾക എന്നിവ പോയീക്കോളെ, കേട്ടോളെ എന്നിങ്ങനെയാണ് ഉച്ചരിക്കപ്പെടുന്നത്.

ഘ) കണ്ടപ്പം (കണ്ടപ്പോൾ), ചെന്നപ്പം (ചെന്നപ്പോൾ), കണ്ടേരം (കണ്ടതുനേരം), കേട്ടരം (കേട്ടതുനേരം) എന്നിങ്ങനെയുള്ള പദങ്ങൾ.

ങ) ആകൂലും (ആകുകയാണെങ്കിലും), വിളിക്കൂലും (വിളിക്കുകയാണെങ്കിലും), അളക്കൂലും (അളക്കുകയാണെങ്കിലും) എന്നിങ്ങനെ സങ്കോചം വന്ന രൂപങ്ങൾ. (ഞേലൂലും, തുള്ളൂലും)

ച) സംക്ഷേപണ വ്യഗ്രത ഇനിയും ധാരാളം കാണാം. വന്നോണ്ടാൽ (വന്നുകൊണ്ടാൽ), കേട്ടോണ്ട് (കേട്ടുകൊണ്ട്). കിഴിഞ്ഞേക്കട്ട്(കി

ഴിഞ്ഞുകൊള്ളട്ടെ), പിടിക്കട്ടോ(പിടിച്ചു കൊള്ളട്ടോ).

ഛ) വരട്ട്(വരട്ടെ), പോട്ട്(പോകട്ടെ), പറ(പറയുക) എന്നീ മട്ടിലുള്ള പദങ്ങൾ.

## വർണ്ണവികാരം

ക) അകാരം ഇകാരമായി ഉച്ചരിക്കുന്ന പദങ്ങൾ.
നായി(നായ), നിനിക്ക് (നിനക്ക്)

ഖ) ഇകാരം ഉകാരമായി മാറിയവ:
മുരണ്ട് (മിരണ്ട്)

ഗ) ഇകാരം അകാരമായി മാറിയവ:
എനക്ക് (എനിക്ക്), കാഞ്ഞരം (കാഞ്ഞിരം), തറച്ചു (തറിച്ചു)

ഘ) ഉകാരം ഒകാരമായി മാറിയത്:
ഒറക്ക് (ഉറക്ക്)

ങ) ഉകാരം ഇകാരമായി മാറിയത്
വരികയിണ്ട് (വരികയുണ്ട്)

ച) എകാരം അകാരമായി ഉച്ചരിക്കുന്നവ:
ഇന്നല (ഇന്നലെ), നാള (നാളെ), കൂട (കൂടെ), അവിട (അവിടെ), ഇവിട (ഇവിടെ), വളര (വളരെ)

ഛ) ഐകാരം അതില്ലാതെ:
വയികി (വൈകി), കയി(കൈ)

ജ) 'ട്ട'കാരം 'റ്റ'യായി മാറിയവ
പോയിറ്റ് (പോയിട്ട്), കഞ്ഞി കുടിച്ചിറ്റ് (കുടിച്ചിട്ട്) പോന്നുവന്നിറ്റ് (വന്നിട്ട്)

ഝ) ഴ കാരം യകാരമായി മാറിയവ
വയി(വഴി), നാനായി (നാനാഴി), മയക്കി (മഴക്കി)

ഞ) സത്തിയം (സത്യം), വീരിയം (വീര്യം)
എന്നിങ്ങനെ രൂപഭേദം വന്ന പദങ്ങൾ

## പദങ്ങളും ശൈലികളും

കതുവനൂർ വീരൻ തോറ്റത്തിൽ കാണുന്ന സവിശേഷ പ്രയോഗങ്ങളും ശൈലികളും, അവ വാക്യത്തിൽ ഘടിച്ചു നില്ക്കുന്ന രൂപവും എടുത്തു പറയാം.

1) 'കതുവനൂര് കൊട്ടുമ്പുറത്തുനിന്ന' *കുറി കുറിച്ചയച്ച* ദൈവം
(ലക്ഷ്യം നിശ്ചയിച്ച)

2) '*കൈനില കുറിച്ച്* കതുവനൂർക്ക് പോയിച്ചെന്നു.'
(ഭാര്യാഗൃഹം നിശ്ചയിക്കുക)

3) 'കെട്ടിഞ്ഞേലൂലും കിണറ്റിൽ തുള്ളൂലും *കോളെനിക്കോ*'
(കൊള്ളാം)

4) 'വില്ലുപൊട്ടുന്നത് *തിറംചെവിടാലെ* കേട്ടു'

(ചെവിയോർച്ചയാൽ)

5) 'പള്ളിയറയിൽ *യോഗപ്പെട്ടുവരുന്നു* ദൈവമപ്പോൾ'

(ചൈതന്യമുണ്ടായി)

6) 'തോറ്റവും തിരുവൊപ്പനയും *വാങ്ങിത്തെളിഞ്ഞു കയ്യേറ്റു*'

(സന്തോഷപൂർവ്വം സ്വീകരിച്ചു)

7) 'പിറ്റേന്നാള് *വാനുലോകം പുലരുന്നേരം*'

(പ്രഭാതത്തിൽ)

8) 'കതുവനൂർ വീട്ടിൽ *ശേഷിപെട്ടാൻ*'

(ശക്തമായിത്തീർന്നു)

9) '*മേലേത്തെ* ബുധനായിച്ചു പുറപ്പാടാണ്'

(അടുത്ത)

10) 'ചോറും കറിയും *മുതൃത്തി* നവര് ചങ്ങാതികള്

(വിളമ്പിവച്ചിരുന്നു)

11) '*ഇട്ടെറിഞ്ഞിട്ടിരുന്നാ*വുരി അരിയും വച്ചു'

(മനസ്സില്ലാമനസ്സോടെ)

12) '*കാക്കോത്തും തലക്കോത്തും* തീയും വച്ചു'

(കാലു ഭാഗത്തും തലഭാഗത്തും)

## ഗ്രാമ്യപദങ്ങൾ

ഉത്തരകേരളത്തിലെ സംസാരഭാഷയിൽ കാണുന്ന പല ഗ്രാമ്യപദങ്ങളും പ്രയോഗങ്ങളും കതുവനൂർ വീരൻ തോറ്റത്തിൽ കാണുന്നുണ്ട്. മഴക്കുക (കഴുകുക), തൊപ്പൻ (ധാരാളം), ഞേലുക (തൂങ്ങുക), തുരം (പണി), എരുത് (കാള), അയലെ (സമീപത്തെ), മൂരി (കാള), പഴുക്കുക (പകുക്കുക), ഒരിക്കാ (ഒരിക്കൽ), വകഞ്ഞെടുക്കുക (വീതിച്ചെടുക്കുക), മീട് (മുടി), തമ്മപ്പൻ (സ്വപിതാവ്), തമ്മരവിയമ്മ (പെറ്റമ്മ), തെര (വൈക്കോൽ കെട്ട്), കാലി (കന്നുകാലി), ചാണം (ചാണകം), കീയുക (ഇറങ്ങുക), ഈലേ(ഇതിലേ), ശകം (ശവം), തായ്ലെ (താഴത്തുഭാഗത്തൂടെ), കീല് (കീഴിൽ), മേലോട്ട് (മേല്പോട്ട്), പരക്കി (പെറുക്കി), വെക്കട്ട് (വയ്ക്കട്ട്), മന്ദനാറ്റം (മന്ദനോമറ്റോ), നാലോക്കൽ (നാലുപേർ പക്കൽ), അവരീം (അവരെയും), പിന്നീം (പിന്നെയും) തുടങ്ങി എത്രയോ ഉദാഹരണങ്ങൾ എടുത്തു പറയുവാൻ കഴിയും.

# വർണ്ണനകൾ

**വ**ർണ്ണനകളുടെ സർവ്വാംഗീണമായ സുഭഗതയാണ് തോറ്റം പാട്ടുകളുടെ ഒരു സവിശേഷത. കതുവനൂർവീരൻ തോറ്റത്തിലും വർണ്ണനകളുണ്ട്. തെയ്യത്തിന്റെ (ദേവതയുടെ) രൂപ വർണ്ണനയാണ് അതിലൊന്ന്.

'ഒന്നാം തിങ്ങളിൽ ഒളിതികവുണ്ട് തൃഗർഭമോ
രാണ്ടാം തിങ്ങളിൽ ചുറ്റും മുലക്ക് ചരുചുരക്കുന്നു
മൂന്നാം തിങ്ങളിൽ പുള്ളിമുലക്ക് മഷികനിഞ്ഞു
..............................................................................
ആറാം തിങ്ങളിൽ അഴകിയ വേഷം രൂപം പൂണ്ടു'

എന്നിങ്ങനെയുള്ള ഗർഭവർണ്ണന ഈ തോറ്റത്തിലുണ്ട്.

'പിറന്നു വളർന്നു മൂവാണ്ടിൽ മുടി പൊലിച്ചു
അയ്യാണ്ടിൽ കയ്യെഴുതി മെയ് തെളിഞ്ഞു'

തുടങ്ങിയ ഭാഗം ശൈശവം, വിദ്യാഭ്യാസം തുടങ്ങിയവയെ വർണ്ണിക്കുന്നതാണ്.

'രണ നിപുണ നഥ ഝടുതി നരഹരി പരാക്രമ-
ത്തോടു മടുത്തു തകർത്തു രിപുക്കളെ
കടലലറുമതിനു സമ മലറിമറുതല നടുവി-
ലേറിയടിച്ചു പൊടിച്ചു കുടകരെ
രണവിരുതർ കുടകരൊടു സമമലറിയടർക്കളം
മുത്താർ മുടിത്തെരു കീഴ്മേൽ മറിച്ചിതു
അധികതര ബലമിയലുമരചരെയരക്ഷണാൽ
കൊന്നൊടുക്കീടിനാനന്നു മന്ദപ്പനും'

തുടങ്ങിയാ തിയ്യരുടെ 'വരവിളി'യിലെ വരികൾ യുദ്ധത്തെ വർണ്ണിക്കുന്നതാണ്.

# ലോകോക്തികൾ

**ലോ**കോക്തികളുടെ സ്വഭാവമുൾക്കൊള്ളുന്ന വരികൾ നാടൻ പാട്ടുകളിൽ പലപ്പോഴും കണ്ടെത്തുവരാം. കതുവനൂർവീരൻ തോറ്റത്തിലെ ചില വരികൾ ലോകോക്തിയുടെ സ്വഭാവമുള്ളവയാണ്.

'അന്നം മുറിഞ്ഞാലായുസ്സിന്നൊരു മുറിവുണ്ടാകും'
'കാളക്കും നായിക്കും കോലൊന്നേ വേണ്ടൂ'
'തണ്ണീർകുടിയും താന്താൻ കൈമേൽവേറെവേണം'
'പടവിളികേട്ടാൽ ചോറുണ്ണുന്നത് യോഗ്യമല്ല'
'പാണ്ടെയൊക്കും മലയാളര് പറയും വാക്ക്'
'മരത്തിന്മേലേക്കും ചുരത്തിന്മേലേക്കും വഴിയറിയണ്ട'
'വന്നവര മടക്കേണ്ട പോന്നവര വിളിക്കേണ്ട'
'ശനിയും ബുധനും കിഴക്കുയാത്ര പൊരുത്തംതന്നെ'
'ഉറക്കിൽ ചതിച്ചതും മറവിൽ കൊന്നതും ഒക്കുമെടോ'

മന്ദപ്പൻ, ഉടച്ചതേങ്ങ മേല്പടിമ്മലും കീഴ്പടിമേലും വക്കുകയും അമ്മിയും ചിരവയും വലിച്ച് കിണറ്റിലിടുകയും ചെയ്തുകൊണ്ട് സ്വഗൃഹത്തിൽ നിന്ന് പുറപ്പെടുമ്പോൾ പറയുന്ന വാക്കുകൾ വക്രമായ ഒരു പ്രത്യേക ശൈലിയിലുള്ളതാണ്.

'അമ്മി നീണ്ട് ചിരവ താവുംകാലം ഞാനിവിടെയാകട്ടെ
ഉടച്ച തേങ്ങ മുറികൂടും കാലം ഞാനിവിടെയാകട്ടെ'

എന്ന വാക്കുകളിൽ 'താൻ ഇനി നാട്ടിലേക്കു മടങ്ങി വരില്ല' എന്ന ആശയമാണ് അടങ്ങിയിട്ടുള്ളത്.

# ഒരു യാത്രാവിവരണപ്പാട്ട്

**ക**തുവനൂർവീരൻ തോറ്റത്തിൽ നല്ലൊരു ഭാഗം നാട്ടിൽ നിന്ന് കതുവനൂർക്കുള്ള മന്ദപ്പന്റെ യാത്രയെ വർണ്ണിക്കുന്നതാണ്.

പല സ്ഥലങ്ങൾ കണ്ടും, താവളമാക്കിയും കൊണ്ടുള്ളതാണ് ആ യാത്ര. ആ ഭാഗത്തെ 'യാത്രാവിവരണപ്പാട്ട്' എന്നുപോലും വിശേഷിപ്പിക്കാമെന്ന് തോന്നുന്നു. നിരവധി സ്ഥലനാമങ്ങൾ സൂചിപ്പിക്കുന്നതാണ് ഈ തോറ്റംപാട്ട്. ആ നിലയിൽ സ്ഥലനാമ പഠനത്തിനുകൂടി പ്രസക്തിയുള്ളതാണ്.

### ഭാവാവിഷ്കരണവും മറ്റും

കതുവനൂർവീരൻതോറ്റം ഒരു വീരാപദാനമായതിനാൽ വീരരസ പ്രധാനമാണെന്നു പറയാം. എന്നാൽ, കരുണരസത്തിനും അതിൽ വലിയ സ്ഥാനമുണ്ട്. ദുഃഖാന്തമായ ഈ അനുഷ്ഠാനഗാനം കരളലിയിപ്പിക്കുന്ന ഗാനധാരയാണ്. കതുവനൂർവീരൻതെയ്യം കെട്ടിയാടിക്കുമ്പോൾ ഈ തോറ്റംപാട്ട് കേൾക്കുവാനായി എത്രയോ ജനങ്ങൾ വന്നുചേരുക പതിവാണ്.

മാതൃവാത്സല്യത്തിന്റെ ഉറവയും, പിതൃകോപത്തിന്റെ തപ്തതയും, ചങ്ങാതിത്വത്തിന്റെ ഉല്ലാസവും, ആത്മാഭിമാനത്തിന്റെ വീര്യവും, മദ്യസേവ വരുത്തിവയ്ക്കുന്ന ദുരന്തവും, പ്രേമത്തിന്റെ നിഷ്കളങ്കതയും, വഞ്ചനയുടെയും അസൂയയുടെയും തിക്തഫലവുമെല്ലാം കതുവനൂർവീരൻ തോറ്റത്തിൽ ആവിഷ്കരിക്കപ്പെട്ടിട്ടുണ്ട്. സ്തോഭജനകമായ ഈ സമുദായിക ഗാനം എല്ലാംകൊണ്ടും വിലപ്പെട്ടതാണെന്ന് നിസ്സംശയം പറയാം.

## അടിക്കുറിപ്പുകൾ

1. *വടക്കൻ പാട്ടുകൾ-ഒരു പഠനം* എന്ന ഗ്രന്ഥം നോക്കുക.
2. Popular Narrative Songs.
3. Pattanayak, D P (Ed), Indian Folklore l p 7
4. Loosened or United Narrative Cycle
5. മഹാകവി ഉള്ളൂർ, *കേരള സാഹിത്യചരിത്രം* 1 പു. 271.
6. അതേ പുസ്തകം, പു. 221
7. അതേ പുസ്തകം, പു. 220
8. Lowry Charles Wimberly, *Folklore in English and Scottish Ballads*, p. 38
9. Malinowski, Myth in Primitive Psychology, p.20
10. ലിഫ്കോ അകാരാദി; പു. 441
11. 'പെറ്റും പിറപ്പും' എന്ന തോറ്റഭാഗത്തിൽ 'ഭഗവാനാരെ'ക്കുറിച്ചാണ് തപസ്സിരുന്നതെന്ന് പറയുന്നു. 'പെറ്റും പിറപ്പും പല ദേവതകൾക്കും പൊതുവെ പാടുന്നതാണ്.
12. Sebeok, Thomas A, *Myth-a Symposium*, p.23
13. Bronislow Malinski, p.20
14. Stitt, Thompson, *The Folktale* (Introduction), p.9
15. *Birth of Hero*
16. C M Bowra, *Heroic Poetry*, p.34
17. Super natural aspects (Machinery)
18. Christopher Caudwell, *Illusion and Reality*, p.153

**അനുബന്ധം: ഒന്ന്**

# കതുവനൂർവീരൻ തോറ്റം

## വരവിളി

1. വരിക നിരുപിച്ചോരു കാര്യവും വീര്യവും
സാധിച്ചിട്ടിസ്ഥാനത്തും പോന്ന് ശേഷിപെട്ട്[1]
ആമേണപ്പലക[2] മ്മേൽ കളിച്ചു വിളയാടി
എഴുന്നള്ളി കുടികൂടി
ഞാൻ ചൊല്ലും തോറ്റം കേൾപ്പാൻ
വരികവേണം കതുവനൂർ വീരൻ ദൈവേ......

2 എന്നും താൻ വരിക പൊലികവേണം
കതുവനൂര് വീരൻ ദൈവേ.

സ്ഥലം മാങ്ങാട്ട് മേത്തളിയില്ലത്ത് പെറ്റ് പിറന്നു
കീത്തളിയില്ലത്ത് മെയ് വളന്നു[3]
ഒരു പത്തും പന്തീരാണ്ടും നൽ പ്രായത്തിൽ
അച്ഛനോടും അമ്മോടും വൈരാഗ്യപ്പെട്ടു
ചിറ്റമ്പും ചെറുവില്ലും തൊഴുതെടുത്തു
അയലേ[4] വീട്ടിൽച്ചെന്നു
അയലേ വീട്ടിൽ ചങ്ങാതികളും താനുംകൂട

---

1. ശക്തമായിത്തീർന്ന്
2 ആവണപ്പലക
3 മെയ്‌വളർന്നു
4 അടുത്ത(സമീപത്തുള്ള)

പെട്ടെന്നേഴിനും മീത്തൽ പുറപ്പെട്ട്

കതുവനൂർക്ക് ചെന്ന്
കതുവനൂർ നേരമ്മാമന്റെ
പാലും ചോറും വാങ്ങി ആഹരിച്ചു
മുത്താർ മുടി കുടകരുടെ പടയ്ക്ക് പുറപ്പെട്ട്
യുദ്ധക്കളത്തിങ്കൽ വീണകപ്പെട്ട്
വെട്ടിമരിച്ചു ദൈവക്കരുവായി യോഗം വന്നു.
വന്താർ മുടിയാറ്റിൽ നീരാടി
വാഴും കതുവനൂര് വീട്ടിൽ ശേഷിപെട്ടാൻ
കതുവനൂര് നേരമ്മോമൻ ചുറ്റിക്കെട്ടി
വെള്ളിത്തളികയിൽ നിന്നും പള്ളിപ്പഴയരിവാരി
ദൈവത്തിന്റെ തിരുമുടിക്കും തിരുമെയിക്കും
അരിയെറിഞ്ഞു[5]
കതുവനൂരേക്ക് കതുവനൂര് വീരായെന്ന്
പേരും കൊണ്ടാൻ.
കതുവനൂരും ആമേരിയും രണ്ടുസ്ഥാനംപോയി
ശേഷിപെട്ടാരപ്പോലെ
ഇസ്ഥാനത്ത് പോന്നുവന്നു ശേഷിപെട്ട്
ആമേണപ്പലക[6]മേൽ കളിച്ചു വിളയാടി
എഴുന്നള്ളി കുടികൊണ്ട്
ഞാൻ ചൊല്ലും തോറ്റം കേൾപ്പാൻ
വരികവേണം കതുവനൂര് വീരൻ ദൈവോ.......

## സ്തുതി

1 ഹരി മാതാപിതാ വാഴ്ക വാഴുക
കവിന്ന[7] വൈയുലകിൽ[8]
മാതാവും പിതാവും ഗുരുവിനെയുമാദരിച്ചേൻ
പിതാവെന്നും തന്റെ മെയ്യാൽ തന്ന[9] ശ്രീഗുരു
ദൈവം താൻ വാഴ്ക മുകുന്ദേവനേ.

2 ഗംഗാ കാമുകസൂനു വാരണമുഖൻ
കാർത്ത്യായനീ നന്ദനൻ
മങ്ങാതിങ്ങു തുണക്കെനിക്കു നിയതം
ചെമ്മേ വണങ്ങുന്നു ഞാൻ.

---

5 ശേഷേരി ചാർത്തി (പാഠഭേദം)
6 വാമാടപ്പലക (പാ.ഭേ.)
7 വിപുലമായ
8 ലോകത്തിൽ
9 മെയ്യതന്ന (പാ.ഭേ.)

3. ക്ഷീരസാഗരവാരിയിൽ തിര
പോലെ വൻകവി തോന്നുവാൻ
നാവിൽ വന്നു വസിക്കണം ഗുരു-
ഭൂതരും മുനിദേവകൾ
അൻപിൽ നാടകമാടണം കവി
നാവിൽ വന്നു സരസ്വതി
കഞ്ചനെ കുല ചെയ്ത കാർമുകിൽ
വർണ്ണനും തുണ ചെയ്കവേൻ.

4. മുന്നം മാങ്ങാട്ടൊരേടത്തൊരു നഗരിയതിൽ
ദിവ്യവംശത്തിൽ[10] ജാതൻ
അന്നം താതൻ മുടക്കിയതു മുതൽ നടകൊ-
ണ്ടീടിനാൽ മാതുലസ്യാലയത്തിൽ
അന്നം ഭുക്ത്വാ വരുന്നോരളവിലൊരു ദിനം
യുദ്ധസന്നദ്ധനായി ചെ-
ന്നന്യന്മാർ ശരമേറ്റു മൃത്യുവശനാം
ദൈവേ തൊഴുന്നേനഹം.

5 ഗന്ധർവ്വൻ പണ്ട് ഭൂമൗ നിശിചര വരരെ
സംഹരിപ്പാൻ വിധിയാൽ
സന്തുഷ്ടൻ ദിവ്യജാതൗ കുലപതി മഹതാ
ജാതമായ് തുഷ്ടിപൂണ്ടേൻ
ചിന്താചെയ്യുന്നൊരെന്നിൽ കരുണനിധി സദാ
ചെയ്യണം തമ്പുരാനേ
ബന്ധുവാം കതുവനൂർ വീരചരിതം
സ്തുത്യാ തൊഴുന്നേനഹം.

6 അരവമണിന്തരൻ സുത നാനപോൽ മുഖമുള്ള നാഥൻ
അടിയനു നിത്യമുൾക്കമലത്തിൽ ആമയമാശു തീർക്ക
സരസിജസംഭവൻ മുഖപങ്കജത്തിലുരെയ്ത്ത ദേവി
സനകസനൽകുമാര മുനീശ്വരൗഘ മുഖാബ്ജവാസെ
അടിയനു താപ[11] മാശുകളഞ്ഞു നൽ സഭയിങ്കലിപ്പോൾ
കവിയുരചെയ്‌വതിന്നു തുണക്ക കാടറുമാറ് ദേവീ.

കരിവരഭഞ്ജനൻ കലിനാശനൻ കനിവോടു നിത്യം
മമ ദുരിതൗഘദവമതിനിന്നു ജ്വലദവനായി ഭവിക്ക
നിഷ്ക്കള നിത്യ നിർഗുണനായി നിരാമയനായ നിന്നെ
ഹൃക്കമലെ ദിവാനിശ മദ്ധ്യേ ത്വൽ ചരണം തൊഴുന്നേൻ

സൽഗുരുപാദപങ്കജമെന്റെ ചിത്തസരോജതാരിൽ
ഭക്തിയൊടുറ്റു കൈതൊഴുമെന്നിലെപ്പൊഴുതും തുണക്ക.

10 തിയ്യ ജാതിയിൽ
11 ദോഷം (പാ.ഭേ.)

കരുമനവർഗ്ഗേ[12] സൽഗുണനായിഭവിച്ചോരു നിൻ ചരിതം
പുകഴ്വതിലെന്നിലെൻ മനതാരിലിങ്ങറിവില്ല നാഥാ
ഭുവനിയിലങ്ങ് ദൈവമതായി ഭവിപ്പതിനുള്ള മൂലം
കരുമനവർഗ്ഗമതിലൊരു കുമരനെന്നൊരു നാമമാണ്ടോൻ
മേത്തളികീത്തളി ഇവയെന്നൊരു ഊരതിൽവെച്ച്
മാങ്ങാട്ടൂറ്റ മതായസദനമതിങ്കൽ ആഢ്യനതായ കുമരകൻ

തന്നുടെ ജായയോടൊരുമിച്ചു നിന്നൊരുകാലമപ്പോൾ
സന്തതിയില്ലാഞ്ഞന്ധതപൂണ്ട് ചിന്ത മുഴുത്തു പാരം
എന്തിനി നല്ലതെന്നവനാധി പൂണ്ടുഴുലുന്ന നേരം
ശേമുഷിതന്നിൽ ദൈവകൃപയാലപ്പൊഴുമൊന്നുതോന്നി
ആരിയർ നാട്ടിൽ നിന്നിവിടേക്ക് വീരിയമോടു വാഴും
ഭഗവതിദുർഗ്ഗ ചുഴലിയതെന്ന നാമമുരൈത്ത ദേവി
തൻകൃപകൊണ്ടെനക്കൊരു പുത്രസന്തതിജാതമാവാൻ
സന്തതവും ഭജിച്ചിഹ ചില്സ്വരൂപിണിതന്നെ മോദാൽ.

തത്ര ഭജിച്ചു ഭക്തിയൊടങ്ങവൻ പലനാൾ കഴിഞ്ഞു
അപ്പൊഴെ ദേവി വിഷ്ണുവൊടങ്ങുണർത്തിയുരൈത്തുവാർത്ത
ഭക്തപരായണൻ കനിവാർന്നനുജ്ഞകൊടുത്തുമോദാൽ
ഇപ്പൊഴെ നിന്നിവുള്ളൊരഭീഷ്ടമൊന്നു ഭവിക്കയെന്നും
എന്നരുൾകേട്ടു ദേവിയുമാത്മതോഷമൊടെ വസിച്ചു
അപ്പൊഴുതുത്ഭവിച്ചൊരു പുത്രൻ എത്ര വിചിത്രമോർത്താൽ

അർഭകനു ജാതകർമ്മവുമാചരിച്ചിതു താതനപ്പോൾ
നാമവുമോതി മന്ദനതെന്ന് നാൾ തിഥി പാരമോർത്താൽ
ബാലനെ ലാളനാദികൾകൊണ്ട് താതനുമേറേ മോദം
ജാതമതായി മാതൃസുഹൃത്തുകൾക്കും അതിപ്രമോദം
അങ്ങനെ കാലമൊട്ടുകഴിഞ്ഞു മന്ദനതന്നൊരുനാൾ
അങ്ങൊരു വീട്ടിലാളുകളോടു ചേർന്നുകലർന്ന ലീല
ആത്തൊഴിൽ കണ്ടു താതനുമന്നു ശിക്ഷകൾ ചൊല്ലിവിട്ടു
കിൽപ്പൊഴുതും കഴിച്ചവനങ്ങനെ വളരുന്നകാലം
ചൊൽവചനല്ലവൻ എനിയെന്തു ചെയ്വത് ഞാനിതെന്നോർത്ത്
അപ്പൊഴെ കാർമുകത്തെയൊടിച്ചുകളഞ്ഞു താതനപ്പോൾ
അക്കരുമത്തെയോർത്തവനന്ന് നൽ സഖിമാരോടും ചേർന്ന്

എഴുനിലമാണ്ട കുടകതിലങ്ങ് കതുവനൂർ വീട് പുക്കാൻ
പുക്കവനാസ്ഥലങ്ങളിൽ നിന്നു സസ്യഫലാദി മറ്റും

---

12 തീയ സമുദായത്തിൽ

വേലകളോരോന്നാദരവോട് ചെയ്തു തിലാദിതൈലം
വാണിഭമാണ്ടവൻ പുനരന്നു ബാന്ധവവും കഴിച്ചു
തത്രനിവാസമായൊരു കാലം അപ്പൊഴെ കേട്ടു വാർത്ത
ദാരുണമായ രണനിനദം മുത്താർമുടിതന്നിൽ നിന്ന-
ങ്ങാശകൾ ഞെട്ടുമാറതു കേട്ടു മന്ദനുമൊന്നുചൊന്നാൻ

കേൾക്കണമൊന്നു നിങ്ങളിതെൻ സഖിപ്രവരൗഘമെല്ലാം
വമ്പട ചെന്നകണ്ടുവരേണമിണ്ടൽകളഞ്ഞെനിക്കും
എന്നു പറഞ്ഞു തങ്ങളിലൊത്തു തന്നുടെ ആയുധങ്ങൾ
തൻ കരതാരിലങ്ങുധരിച്ചു തൻ നിനവൊന്നുചൊന്നാൻ
എന്നുടെ തമ്പുരാട്ടി ചുഴലിയംബികേ നമസ്തേ
എന്നിലനുഗ്രഹിക്ക ദിവാനിശം പദതാർ തൊഴുന്നേൻ
എന്നു നിനന്തു വൻപടതന്നിലങ്ങു കടന്നുചെന്നു
ചെയ്തൊരു യുദ്ധം എത്ര വിചിത്രം പറവാസാദ്ധ്യം
അങ്ങനെചെയ്തു യുദ്ധനിവർത്തനായവൻ അംഗുലീയം
ഒന്നുനശിച്ച കാരണമായവൻ പടതന്നിൽ വീണാൻ
അപ്പൊഴെമായയായൊരു കാളിവൻമദമോടു ചെന്നിട്ടവനെ
തൻ മയകൾകൊണ്ട് ദൈവകൃതം വിചിത്രം
അത്ഭുതമാണ്ട ദൈവമിതെന്ന് സജ്ജനമാനസത്തിൽ
തോന്നുവതിന്നു മായാകടാക്ഷ വീക്ഷണമൊന്നുനല്കി
അങ്ങനെവാണ ദൈവമെനിക്ക് ഭദ്രമരുവതിനായ്
എപ്പൊഴുതും തുണക്കുകെന്റെ കതുവനൂർവീരാ നിത്യം.

പുതുച്ചുരം കീക്കൽ[13]

എന്നും താൻ വരിക പൊലിക വേണം
കതുവനൂർ വീരൻ ദൈവേ.
സ്ഥലം മാങ്ങാട്ട്
മേത്തളി ഇല്ലത്ത് പെറ്റം പിറപ്പാനും
കാരുണ്യമായതും തമ്പുരാട്ടീ ജയ.
പത്തുമാസം തികഞ്ഞു പെറ്റുണ്ടായ
ബാലകൻ ബാലകാലത്തവൻ
അർജ്ജുനനേപ്പോലെ വില്ലും ശരവുമായ്

താനും തനിക്കൊത്ത ചങ്ങാതിമാരുമായ്
ഏഴിനും മീത്തൽ കുടകർ തൻ മല പുക്കിതേ

13 മലദൈവത്തെ നാടൻപ്രദേശത്തേയ്ക്ക് ഇറക്കി വിളിച്ചുവരുത്തുകയാണ് ഇതിന്റെ ഉദ്ദേശ്യം.

പെട്ടെന്നു ചെന്നു കതുവനൂരെന്നിടം
കതുവനൂർ നേരമ്മോമന്റെ
പാലും ചോറും വാങ്ങി ആഹരിച്ചു
മുത്താർ മുടി കുടകരെ[14] പടയ്ക്ക് പുറപ്പെട്ടു
യുദ്ധക്കളത്തിങ്കൽ വീണകപ്പെട്ടു
വെട്ടിമരിച്ചു ദൈവക്കരുവായി യോഗം വന്നു
വന്താർ മുടിയാറ്റിൽ നീരാടി
വാഴും കതുവനൂർവീട്ടിൽ ശേഷി പെട്ടാൻ
അണ്ണുക്കൻ മേയ്മ്മേൽ വെട്ടി എറിഞ്ഞു
വെളിച്ചപ്പാടുണ്ടാകുന്നു ദൈവമപ്പോൾ
നാവരിഞ്ഞു നറുക്കിലയിൽ വച്ചു കൊടുക്ക്ന്ന് ദൈവമപ്പോൾ
മുങ്കൈവെട്ടി പീഠത്തിന്മേലും വച്ചുകൊടുക്ക്ന്ന്
മരിച്ചിനെന്നു ഭാവിക്കേണ്ട നിങ്ങളെന്റെ നേരമ്മോമ
മരിച്ചിനെന്നിട്ട് ഏഴും പതിമൂന്നും[15] വേണ്ടെനിക്ക്
അകത്തൊരു അകപൂജ പുറത്തൊരു പെരുങ്കാളിയാട്ടം
പാർകോഴി മധുക്കലശം കട്ടിയപ്പം കരിങ്കലശം
പൊറത്ത്[16] ചങ്ങാതികൾക്കും കൊടുത്താൽ മതി.

അതിനൊരു കുറവുണ്ട് ദൈവമേ
കോമര[17] മില്ല കനലാടി[18] യില്ല
കോമരമില്ലെങ്കിൽ
കോമരത്തിനയും ഞാൻ കണ്ടിട്ടുണ്ട്
കനലാടിയില്ലെങ്കിൽ
കനലാടിയെയും ഞാൻ കണ്ടിട്ടുണ്ട്
കൊടുമലക്ക് പ്രധാനം
വാഴുക എന്റെ അണ്ണുക്കൻ കോമരവും
വാസുവനക്കനലാടിയും.
അന്ന് അണ്ണുക്കൻ കോമരത്തെയും
വസുവനക്കനലാടീനേയും വിളിച്ചുവരുത്തി

---

14 കുടകരുടെ (സംബന്ധികാർത്ഥത്തിൽ 'എ' എന്ന വിഭക്തിക്കുറി ചേർത്തിരിക്കുന്നു.)
15 മരിച്ച് ഏഴാം ദിവസവും പതിമൂന്നാം ദിവസവും കഴിക്കേണ്ട പരേതക്രിയകൾ
16 പുറത്ത്
17 ദേവതാ പ്രതിനിധി (വെളിച്ചപ്പാട്)
18 കോലം കെട്ടിയാടുന്നവൻ

തലേന്നേ തലപൊതിഞ്ഞു നട്ടപ്ര[19]ചാർത്തി
തലേന്നെതിരത്തെ[20] പൂജകഴിഞ്ഞു
ഉച്ചക്കേത്തെ തോറ്റം നേരത്ത്
പോന്നുവരുന്നു മലനാട്ടുന്ന് നാല് വര്
തണ്ടയാന്മാർ
വാക്കോട്ടു തണ്ടയാനും പുന്നക്കീൽ തണ്ടയാനും
കല്ലിങ്കൽ തണ്ടയാനും ആമേരി തണ്ടയാനും
ഇങ്ങനെ നാല് വര് തണ്ടയാന്മാരപ്പോൾ
ആമേരി തണ്ടായത്തി തുറന്നു കഴിച്ചിളക്കിയോരു
പൊന്നനെന്നും അഴകനെന്നും
മുതകത്ത് പേർ കൊള്ളാത്ത
രണ്ടേരണ്ട് മുരിക്കിടാങ്ങളെയും[21]
തട്ടിത്തെളിച്ചു കതുവനൂര് വീട്ടിൻ താഴലെ
വഴിപോരുമ്പോൾ
അപ്പൊഴും ചോതിക്ക്ന്ന് തണ്ടയാമ്മാറ്
കേൾപ്പിതായോ നിങ്ങളെന്റെ കതുവനൂര് കുടകരെ
ഈ കതുവനൂരാ വീട്ട്ന്ന്
എന്തൊരു കടിയോരു[22] ദൈവത്തിന്റെ
അട്ടഹാസവും അരുളപ്പാടും കേൾക്കാകുന്ന്
അതോ നിങ്ങളെന്നും[23] അറിഞ്ഞിട്ടില്ലെ തണ്ടയാന്മാരേ
മുന്നം മലനാട്ടുന്നൊരു മലയാൻ[24] ചേകോൻ പോന്ന് വന്നിട്ട്
കതുവനൂര് നേരമ്മോന്റെ പാലും ചോറും വാങ്ങി
ആഹരിച്ചു
മുത്താർ മുടി കുടകരെ പടയ്ക്ക് പുറപ്പെട്ടു
യുദ്ധക്കളത്തിങ്കൽ ശേഷിപെട്ടു വെട്ടിമരിച്ചു
ദൈവക്കരുവായി യോഗംവന്നു
വന്താർമുടിയാറ്റിൽ നീരാടി
വാഴും കതുവനൂർ വീട്ടിൽ ശേഷിപെട്ടു
അവനെ കെട്ടി കുടികൂട്ടുകയും
പേരിടുകയും ചെയ്യുന്നോരു
ആർപ്പലങ്കാരമാണ് കേൾക്കാകുന്നു തണ്ടയാന്മാരേ.

19 നട്ടത്തിറ
20 പിറ്റേന്ന് രാവിലത്തെ (പാ.ഭേ.)
21 എരുതുകളെയും (പാ.ഭേ.)
22 കഠിനമായ (ക്രൂരതയുള്ള)
23 ഇനിയും
24 തിയ്യൻ (പാ.ഭേ.)

അത്ര കടിയോരു[25] ദൈവമാണെങ്കിലോ
മുന്നം ആമേരിതണ്ടയാത്തി തൊറന്നു[26] കഴിച്ചെളക്കിയതൊരു
പൊന്നനെന്നും അഴകനെന്നും
രണ്ട് മൂരിക്കിടാങ്ങളുണ്ടല്ലോ
മുതുകത്ത് പേർ കൊള്ളാതെ[27] തട്ടിത്തളിച്ച് പോന്നുവന്നിട്ട്
ഇപ്പോൾതന്നെ മുതുകത്തു പേർ കൊള്ളിച്ചുതന്നാൽ
പൊന്നന് നിറച്ചരി പുറത്തട്ടിലും
അഴകന് നിറച്ചരി തിരുമുടിക്കും ശേഷചാർത്തി[28]
കെട്ടിപേരിട്ട് ആമേരിവീട്ടിലേക്ക്
ആമേരിവീരാ എന്ന് പേർ കൊള്ളിക്കുന്ന്ണ്ട്
എന്നിങ്ങനെ നേർന്നു പാടി തട്ടിതെളിച്ചു
കതുവനൂർ കൊട്ടുമ്പുറം കയറി നില്ക്കുന്നവര്
തണ്ടയാമ്മാറ്
അപ്പൊഴും ഉണ്ടാകുന്നല്ലോ അണ്ണുക്കൻ മെയ്മ്മൽ
ദൈവത്തിന്റെ ദരിശന[29] മപ്പോൾ
കേൾപ്പിതായോ നിങ്ങളെന്റെ തണ്ടയാന്മാരേ
നിങ്ങള് വന്ന കാരിയം ഞാൻ അറിഞ്ഞു എന്റെ
തണ്ടയാന്മാരേ
ഇപ്പോൾ എനിക്ക് ഉച്ചക്കെത്തെ തോറ്റമല്ലേ ആകുന്നത്
അന്തിക്കേത്തെ അത്തായം നേരത്ത്
ആലാകോലം തിരുവപ്പനനേരത്താകട്ട് തണ്ടയാമ്മാറേ
അന്ന് തണ്ടയാന്മാരെയും കുറികുറിച്ചു
കതുവനൂര് കൊട്ടമ്പുറം നിർത്തുവും ചെയ്തു.
ഉച്ചക്കെത്തെ തേറ്റം കഴിഞ്ഞു
പാതിരാലകമ്പുറം (നട്ടപ്പാതിരനേരമാകുമ്പോൾ)[30]
വസുവനക്കനലാടി കുളിച്ചുവന്നു
കൊത്തിയടുക്കും കോയിവാലൻ കുഞ്ഞൻ വച്ചുടുത്തു
ചെക്കിത്തണ്ടൊത്ത തിരുമാറിടത്ത്
വെള്ളരിയാൽ ശേഷകുറിയും തൊട്ടു
മതപ്പെട്ടകാരിയാനക്കുട്ടം പോലെ
ആലാകോലം തിരുവൊപ്പനയും പുറപ്പെട്ടാൻ
വടക്കേൻഭാഗം പീഠ മിട്ടമർന്നു

ആരിയ വാള് വർണ്ണപലിശ തൊഴുതെടുത്തു

---

25 ബലവീര്യമുള്ള (പാ.ഭേ.)
26 തുറന്നു
27 പുറത്ത് ചുമട് കയറ്റാത്ത
28 വിളയാടി (പാ.ഭേ.)
29 ദർശനം (വെളിപാട്)
30 ഈ ഭാഗം ചിലർ പാടാറില്ല

കട്ടിയപ്പം കരിങ്കലശം മനസ്സുവന്നു
ചങ്ങാതികളെയും മൂന്നേമൂന്ന് വലത്തുവച്ചു
തണ്ടയാന്മാരെയും  വലത്തുവച്ചു
കോഴിതല വെട്ടി ശകുനം കണ്ടു
മുമ്പിലല്ലോ കതുവനൂര് നേരമ്മോമൻ ഉള്ളിടം
പോയി ചെല്ലുന്നേൻ ദൈവമപ്പോൾ
കതുവനൂര് നേരമ്മോൻ ചുറ്റിക്കെട്ടി
വെള്ളിത്തളികയിന്ന് പള്ളിപ്പുഴയരിവാരി
തിരുമുടിക്കും തിരുമെയ്ക്കും വിളയാടി
കതുവനൂരേക്ക് കതുവനൂര് വീരാ എന്ന്പേരുംകൊണ്ടേൻ.
പിന്നെ രണ്ടാമത് കൊട്ടുമ്പുറത്ത് തണ്ടയാന്മാരുള്ളിടം
പോയിച്ചെല്ലുന്നു ദൈവമപ്പോൾ
കേൾപ്പതുണ്ടോ നിങ്ങളെന്റെ തണ്ടയാന്മാരേ
മുന്നം ഞാൻ മലനാട്ടിലാകെയുണ്ട് തണ്ടയാന്മാരേ
എന്നും ഞാൻ നിങ്ങളനാട്ടിനു പോരുന്നു തണ്ടയാന്മാരേ
നൂറും പാടകത്തരിനിറച്ച ദണ്ഡിയത്ത് മാക്കീലാകട്ടെ
തണ്ടയാന്മാരേ
എന്ന് തണ്ടയാന്മാരെയും കുറികുറിച്ചയക്കും ചെയ്തു.

പിന്നെയല്ലേ കതുവനൂര് അമ്മയുള്ളേടം
പോയിച്ചെല്ലുന്ന് ദൈവമപ്പോൾ
കേൾപ്പതുണ്ടോ നിങ്ങളെന്റെ കതുവനൂരമ്മേ
മരിച്ചിനെന്നു ഭാവിക്കേണ്ട നിങ്ങളെന്റെ കതുവനൂരമ്മേ
ഉള്ളനാളത്തെപ്പോലെ ഉതകിത്തരുവൻ
അടിച്ചു തളിയും അന്തിത്തിരിയും
വഴിപോരും പ്രകാരമിരിക്കട്ടെയെന്നാൽ
ഒരു ദിവസം പുലർന്നാൽ മൂന്നേമുക്കാൽ നാഴിക
ഞാനീ കതുവനൂര് വീട്ടിൽ ശേഷിപെട്ടേക്കുന്നുണ്ടേൻ.
കതുവനൂരമ്മയോടും മൂന്ന് വചനം ഉരിയാടും ചെയ്തു
ദൈവം താൻ ചങ്ങാതികളെയും ചൊല്ലിയയച്ചു
തിരുമുടി കഴിച്ചു പള്ളിയറയിൽ യോഗപ്പെട്ടുവരുന്നു
ദൈവമപ്പോൾ
കതുവനൂര് പള്ളിയറയിന്ന്[31] ആയുധമെടുത്ത്
കതുവനൂര് പള്ളിയറ കണ്ടു കാമ്പാടിപള്ളിയറ കണ്ടു
മൈത്താടി പള്ളിയറ കണ്ടു അരമച്ചേരി പള്ളിയറ കണ്ടു
വിട്ടങ്ങലത്ത് വെള്ളരിനാട്ടിൽ പള്ളിയറ കണ്ടു
തപസ്സുകര പള്ളിയറ കണ്ടു കുഞ്ചിലേരി പള്ളിയറ കണ്ടു
കട്ടത്തിൻമീത്തൽ അഞ്ചും രണ്ടേഴു പള്ളിയറസ്ഥാനം

31 പള്ളിയറയിൽനിന്ന്

കാണൂം ചെയ്തു
കാട്ടിലയ്യപ്പനയും കരിങ്കുറ്റിഭഗവതിയും
മക്കിയിൽ ശാസ്താവും മലയിൽ ശാസ്താവും
കാവേരിയമ്മയും മഹാദേവരപ്പന[32] കൈതൊഴുതു
വായോളീന്ന് ഉലകിഴിഞ്ഞു
വൈരിജാതന കൈതൊഴുതു
വാക്കോട്ടു പുതുപ്പടിക കഴിഞ്ഞു
അയ്യൻപിലാവ് ഉച്ചൂളിവെളിച്ചം കഴിഞ്ഞു
ഓടപ്പള്ളം കഴിഞ്ഞൂ ദണ്ഡിയത്ത് മാക്കീലല്ലോ
പോന്നു വന്നു ദൈവമപ്പോൾ
വെളുത്തു കുറിയൊരു നായരെ വരവുണ്ടെന്നിട്ട്
ഓടുന്നൊളിക്കുന്നവർ തണ്ടയാന്മാർ
ഓടണ്ട ഒളിക്കണ്ട നിങ്ങളെന്റെ തണ്ടയാന്മാരേ
മുന്നം കതുവനൂര് കൊട്ടുംപുറത്തു നിന്ന്
കുറികുറിച്ചയച്ച ദൈവം ഞാനാകെയുണ്ട് തണ്ടയാന്മാരേ
മുതുകത്ത് പേർ കൊള്ളാത്ത എരിതിന്റെ
മുതുകത്ത് പേറെടുത്ത് കയറ്റി
തട്ടിത്തെളിച്ചു നടകൊള്ളൂനെന്റെ തണ്ടയാന്മാരേ.
ദണ്ഡിയത്ത് മാവു കഴിഞ്ഞു
കണ്ടിയൻ ചുങ്കസ്ഥാനം കഴിഞ്ഞു
പടുത്ത പാറ കൊല്ലികുന്ന് കഴിഞ്ഞു
കൊല്ലിപ്പുഴ കടന്നു
തച്ചർ കുറ്റിയേറ്റം മുതലക്കുന്ന് കഴിഞ്ഞു
ഞെട്ടിയോടി പുതുച്ചുരം കഴിഞ്ഞു
മാനാടോൻ വളവു കഴിഞ്ഞു
മട്ടുണ്ണിപ്പറമ്പു കഴിഞ്ഞു
മേല്മട്ടുണ്ണി കഴിഞ്ഞു കീഴ് മട്ടുണ്ണി കഴിഞ്ഞു
താന്തോട്ടാൽ നീരാടി
അറത്തൂട്ടിൽ വാതിൽ മാടം കഴിഞ്ഞു
കേയാപറമ്പിൽ പുറപ്പെട്ടാൻ
കേയാപറമ്പിൽ ചുങ്കസ്ഥാനം കഴിഞ്ഞു
വലമേ തിരിഞ്ഞു വയത്തൂർ കാലിയാർ ഈശ്വരന
കൈതൊഴുതു
കാലിയാർ ചെരിവു കഴിഞ്ഞു
കാഞ്ഞറത്തറ കഴിഞ്ഞു
തവിടൂർകല്ക്കുറ നെല്ലിക്കാൻ പൊയിൽ കഴിഞ്ഞു
പെരുമ്പറമ്പിൽ ചാലു കഴിഞ്ഞു

---

32 അപ്പനെ ('എ' പ്രത്യയത്തിനു പകരം അകാരം)

നേരമ്പോക്കിൽ ചാലിലല്ലോ
പോന്നു വരുന്ന് ദൈവമപ്പോൾ
കണ്ടു കണ്ട് തടുക്കുന്നല്ലോ കീഴൂർ വൈരജാതന്റെ
ചുങ്കികളപ്പോൾ
കീഴൂർ വൈരജാതന്റെ ചുങ്കംതന്നേ അയപ്പൂ
നിങ്ങളെ ഞാനെന്റെ തണ്ടയാന്മാരേ
അപ്പൊഴും പറയുന്നല്ലോ തണ്ടയാന്മാര്
ആയിരമരിചുങ്കം കൊടുക്കേണ്ട ദിക്കിൽ
ആഴക്കരിപോലും ചുങ്കം കൊടുക്കാതെ
ഈ കീഴൂർ വൈരജാതന്റെ ചുങ്കികൾക്ക്
ചുങ്കം കൊടുപ്പാനായെന്നിങ്ങനെ
മനം മുഷിഞ്ഞു നില്ക്കുന്നവര് തണ്ടയാന്മാര്
അപ്പൊഴുമുണ്ടാകുന്നല്ലോ ദൈവമപ്പോൾ
നിങ്ങളിവിടെയിരിപ്പൂനെന്റെ തണ്ടയാന്മാരേ
ഞാനൊരിക്കാ വിലങ്ങേരി പുറത്തടത്തിൽ പോയിവരട്ടെ.
ദൈവം താൻ വിലങ്ങേരി പുറത്തടത്തിൽ
പോയി ചെല്ലുമ്പോൾ
മാവിലാ കുടകനാട് രണ്ടില്ലും തായിസ്വരൂപം
അകമ്പടിയും വ്യാപാരികളുംകൂടി
ആയിരംനാഴിയരി പൊടിച്ച് അപ്പം വാർത്തുകൂട്ടീനി
കീഴൂർ വൈരജാതന്റെ പാട്ടുകൊട്ടിലിൽ
ചെന്നവഴിയെ എടത്തും വലത്തും ഒരു കൈമേൽ
കൂടിപ്പിടിക്കൂം ചെയ്തു
കൈക്കുകയ്യേ പന്ത്രണ്ടപ്പം വാരിക്കൊള്ളുന്നു ദൈവമപ്പോൾ
കണ്ടുകണ്ടുവരുന്നല്ലോ കീഴൂർ വൈരജാതന്റെ
തന്ത്രിയപ്പോൾ
ഊയ്യയ്യോ വിധിവാഹമേ
അങ്ങുന്നെങ്ങാൻ ഒരു തീയച്ചേകോൻ പോന്നുവന്നിട്ട്
കീഴൂർ വൈരജാതന്റെ അപ്പവും മാടവും
തീണ്ടിക്കളഞ്ഞുവെന്നിങ്ങനെ
പറയത്തുടങ്ങുവോരുനേരത്ത്
അപ്പോഴുണ്ടാകുന്നല്ലോ തന്ത്രിമെയ്മ്മേൽ
കീഴൂർ വൈരജാതന്റെ ദരിശനമപ്പോൾ
തീയച്ചേകോനല്ല അവനൊരു ദൈവച്ചേകോനാന്ന്
കൊടുക്ക അവന് കിണ്ടിയിൽ വെള്ളവും പന്ത്രണ്ടപ്പവും
കിണ്ടിയിൽ വെള്ളവും പന്ത്രണ്ടപ്പവും വാങ്ങിക്കൊണ്ട്
വടക്കേൻഭാഗം മീതപ്പമായി വച്ചുകൊടുത്തു
ഈയ്യോൻ തീയ്യോൻ രണ്ടിലും കരുമനക്ക്
വാങ്ങി ആഹരിപ്പാൻ കല്പിച്ചു

അപ്പം വാങ്ങി തടുത്തെടുത്ത്
തണ്ടയാന്മാരുള്ളേടം പോയിച്ചെല്ലുന്നു ദൈവമപ്പോൾ
അപ്പം തിന്നൂനും തണ്ണീർ കുടിപ്പൂനും
നിങ്ങളെന്റെ തണ്ടയാന്മാരേ
അപ്പഴത്തേക്ക് എന്നെ എന്റെ ചങ്ങാതികൾ
മാങ്ങാട്ട് നെടിയ കാഞ്ഞിരത്തിൻ കീഴിൽ
ഉറക്കിയതുപോലെ
ഈ ചുങ്കികള ഞാൻ നേരമ്പോക്കിൽ ചാലിലേ
കോഴിയുറക്കായി തട്ടിയുറക്ക്ന്ന്ണ്ട്
പലിശത്തടത്തിൽ നീർകോരിക്കൊടുക്കുന്ന് ദൈവമപ്പോൾ
അപ്പം തിന്നുകയും തണ്ണീർകുടിക്കയും ചെയ്യുന്നവർ
തണ്ടയാന്മാർ
അപ്പഴത്തേക്ക് ഉച്ചയ്ക്കേ മിന്നുറക്ക് തൂക്കുന്ന്
ചുങ്കികൾക്ക്
ചുങ്കികളെയും നേരമ്പോക്കിൽ ചാലിലെ
തട്ടിയുറക്കൂംചെയ്തു
ഇപ്പോൾ തക്കം ചുങ്കികളെ ചതിപ്പാൻ തണ്ടയാന്മാരേ
മുതുകത്ത് പേർ കൊള്ളാത്ത എരിതിന്റെ മുതുകത്ത്
പേറെടുത്തേറ്റി തട്ടിത്തെളിച്ചു നടകൊള്ളൂനെന്റെ
തണ്ടയാന്മാരേ
നേരമ്പോക്കിൽ ചാലുകഴിഞ്ഞു
ആറാട്ടുംതറ വലത്തുവച്ചു
കൊട്ടമ്പലം കൊവേരിത്തോടു കഴിഞ്ഞു
നല്ലമാവ് തണ്ണീർ പന്തൽ കഴിഞ്ഞു
തേങ്ങയുടക്കൻ പാറ കഴിഞ്ഞു
കൂവേരികക്കൊട്ടിൽ കഴിഞ്ഞു
ചാമച്ചേരി പുറപ്പെട്ടു
മൂന്നു മൂർത്തി ഭഗവാനെ കൈതൊഴുതു
നാലാംചേരി പെരുംതളികഴിഞ്ഞു
ആരിയ കാളീന കൈതൊഴുതു
തവിട്ടൂർകൽക്കുറ നെല്ലിക്കാംപൊയിൽ കഴിഞ്ഞു
നിങ്ങൾക്കു മുന്നം ഞാനൊരിക്കാ
ആമേരിവീട്ടിൽ കയറിച്ചെല്ലട്ടെയെന്റെ തണ്ടയാന്മാരേ
ദൈവം താൻ ആമേരിവീട്ടിൽ കയറിച്ചെല്ലുമ്പോൾ
ദാഹിക്കുന്നതിനേതാനും തരുവാനുണ്ടോ
ആമേരിത്തണ്ടയാത്തി എന്നു ചോതിച്ചപ്പോൾ
പന്ത്രണ്ട് കരിയാണി കരിങ്കലശം നിറച്ചു വാപ്പൊതി
കെട്ടിവച്ചിരിക്കെ

ഒരുതുള്ളിയില്ലായെന്ന് വായ്വളസം[33] പറഞ്ഞാളവൾ
ആമേരിത്തണ്ടയാത്തി
ആമേരിത്തണ്ടയാത്തി പറഞ്ഞ വാക്ക്
ഒരു വഴിയോ പൊളിയോ എന്നറിയണമെന്നിട്ട്
ദൈവം താൻ ആമേരിപടിഞ്ഞാറ്റകം കയറിച്ചെന്നു
നോക്കുമ്പോൾ
പന്ത്രണ്ട കരിയാണി കരിങ്കലശവും നിറഞ്ഞുകവിഞ്ഞു
കാണ്മാനുണ്ട്
എടത്തും വലത്തും ഒരു കൈമേൽ കൂട്ടിപ്പിടിക്കൂം ചെയ്തു
കൈക്കു കയ്യേ പന്ത്രണ്ടു കരിയാണി കരിങ്കലശവും
എടുത്തുല്ലസിക്ക്ന്ന് ദൈവമപ്പോൾ
എടനാവും മീശകൊടിയും നനഞ്ഞില്ല ദൈവത്തിന്
ദൈവംപോയ് പുറം കിഴിഞ്ഞോരു നേരത്തിങ്കൽ
അപ്പോഴും കേൾക്കുന്നല്ലോ പുതിയൊരു എരുതിന്റെ
മണിക്കൂറ്റ്
എന്റിതോരു ഏഴിനും മീത്തൽ പോയിതോരു
തണ്ടയാന്മാർ
പോന്നുവരുന്നുണ്ടെന്ന് ചൊല്ലിക്കൊള്ളൂംചെയ്തു
പൊഴുതാലെ തളികയിലരിയും വിളക്കുമായി
പേറും പുറത്തരിയെറിഞ്ഞ് പേറും മുട്ടിത്തള്ളിയിട്ടാൾ
ആമേരിത്തണ്ടയാത്തിയപ്പോൾ
എന്റിതോരു തണ്ടയാന്മാർക്ക് പാരംപാരം
ദാഹിക്കുന്നുണ്ടാകുമെന്ന് ചൊല്ലിക്കൊൾകയും ചെയ്തു
വെള്ളിക്കിണ്ടിയെടുത്ത് പടിഞ്ഞാറ്റകം കയറിച്ചെന്നു
നോക്കുമ്പോൾ
പന്ത്രണ്ട് കരിയാണി കരിങ്കലശവും വറ്റിവരണ്ട്
ആഴക്കൊരു തുള്ളിയെങ്ങാനും കാണ്മാനില്ല
അലക്കീം തൊഴിക്കൂം ചെയ്യുന്നവൾ ആമേരിതണ്ടയാത്തി
അപ്പൊഴും ചോതിക്കുന്നവർ തണ്ടയാന്മാര്
എന്തിനാലെ അലക്കീം തൊഴിക്കൂം അലമുറകൊള്ളൂം
ചെയ്യുന്നെന്റെ തണ്ടയാത്തി
അതോ നിങ്ങൾ മുന്നം ഏഴിനും മീത്തൽ പോയ നാളെ
പന്ത്രണ്ട് കരിയാണി കരിങ്കലശവും നിറച്ചുവച്ച്
വായ്പ്പൊതികെട്ടിവച്ചിനാരുന്നു
ഇപ്പോൾ ചെന്നുനോക്കുമ്പോൾ വറ്റിവരണ്ട്
ആഴക്കൊരു തുള്ളിയെങ്ങാനും കാണ്മാനില്ല
ഞങ്ങൾക്ക് മുന്നം ആരാനും ഇതിലേ
പോന്നുവന്നിനോ ആമേരിത്തണ്ടയാത്തി

33 വളുസം, വളുതം (നുണവാക്ക്)

നിങ്ങൾക്കു മുന്നം വെളുത്തു കുറിയൊരു നായരെ
വരവുണ്ടായിരുന്നു
പലിശമൊട്ട് വാളിളക്കം പീഠമോതിരം ചെറുവിരലും
ഒത്തുമൂന്നടയാളം കണ്ടിനെന്റെ തണ്ടയാന്മാരേ
ദാഹിക്കുന്നതിനേതാനും തരുവാനുണ്ടോ എന്ന്
ചോതിച്ചപ്പോൾ
ഒരു തുള്ളിയില്ലായെന്ന് വായ്‌വളസം പറഞ്ഞുപോയി
ഞാനെന്റെ തണ്ടയാന്മാരേ
ഒരു തുള്ളിയില്ലായെന്ന് പറയരുതാരുന്നു ആമേരി
തണ്ടയാത്തി
ആയിരമരി ചുങ്കം കൊടുക്കേണ്ട ദിക്കിൽ
ആഴക്കരിപോലും ചുങ്കം കൊടുക്കാതെ
ഈ ആമേരി വീട്ടിലേക്ക് എത്തിച്ച ദൈവമായിരുന്നു
ദാഹിക്കുന്നതിനേതാനും ചോതിച്ചിട്ട്
അറവിലയോ ചൊല്ലിയത് നീ ആമേരിത്തണ്ടയാത്തി
അത്ര കടിയൊരു ദൈവമെങ്കിലോ
പന്ത്രണ്ടു കരിയാണി കരിങ്കലശവും
പണ്ടുപണ്ടെപ്പോലെ നിറഞ്ഞുകണ്ടുവെങ്കിൽ
പൊന്നനി നിറച്ചരി പുറത്തട്ടിലും
അഴകന് നിറച്ചരി തിരുമുടിക്കും ശേഷചാർത്തി
കെട്ടിപേരിട്ട് ആമേരിവീട്ടിലേക്ക്
ആമേരി വീരാ എന്ന് പേർ കൊള്ളിക്കുന്നുണ്ട്
എന്നിങ്ങനെ നേർന്നുപാടി വാതിൽ അരവാതിലായി
ചാരം ചെയ്തു
പിന്നെ രണ്ടാമത് തട്ടിത്തുറന്നുനോക്കുമ്പോൾ
പന്ത്രണ്ട് കരിയാണി കരിങ്കലശവും പണ്ടുപണ്ടേപ്പോലെ
നിറഞ്ഞു വഴിഞ്ഞു കാണ്മാനുണ്ട്
വെള്ളിക്കിണ്ടിയാൽ മുക്കി തണ്ടയാന്മാരുടെ തണ്ണീർദാഹം
തീർക്കും ചെയ്തു
അപ്പൊഴുമുണ്ടാകുന്നല്ലോ ആമേരിതണ്ടയാൻ മെയ്മേൽ
ദൈവത്തിന്റെ ദരിശനമപ്പോൾ
കേൾപ്പിതായോ നീയുമെടോ ആമേരിത്തണ്ടയാത്തി
എനിതരുവാറാകട്ടെ എനിക്ക് പറഞ്ഞ
ആലാകോലം തിരുവൊപ്പന.
അതിനൊരു കുറവുണ്ട് ദൈവമേ
കോമരമില്ല കനലാടിയില്ല.
കോമരമില്ലെങ്കിൽ കോമരത്തിനെയും
കനലാടി ഇല്ലെങ്കിൽ കനലാടിയെയും
ഞാൻ തന്നെ കണ്ടിട്ടുണ്ട്

കുടകർ മലയ്ക്ക് പ്രധാനം വാഴ്കെന്റെ
അണ്ണുക്കൻ കോമരവും വസുവനക്കനലാടിയും
മലനാട്ടേക്ക് പ്രധാനം ശംഭുക്കോമരവും ചമരിച്ചേരി
കനലാടിയും

അന്ന് ശംഭുക്കോമരത്തെയും
ചവരിച്ചേരി കനലാടീനേയും വിളിച്ചുവരുത്തി
തലേന്നെ തലപൊതിഞ്ഞ് നട്ടപ്ര ചാർത്തി
എതിരെത്തെ പൂജകഴിഞ്ഞു ഉച്ചക്കേത്തൊത്താറ്റം കഴിഞ്ഞു
പാതിരാലകംപുറം ചവരിച്ചേരി കനലാടി കുളിച്ചുവന്നു
കൊത്തിയടുക്കും കോഴിവാലൻ കുഞ്ഞൻ വച്ചടുത്തു
ചെക്കിത്തണ്ടൊത്ത തീരുമാറിടത്തിൽ
വെള്ളരിയാൽ ശേഷക്കുറിയും തൊട്ടു
മദപ്പെട്ട കാരിയാനക്കൂട്ടം പോലെ
ആലകോലം തിരുവപ്പനയും പുറപ്പെട്ടു
വടക്കേൻഭാഗം പീഠമിട്ടമർന്നു.
ആര്യവാള് വർണ്ണപ്പലിശ തൊഴുതെടുത്തു
കട്ടിയപ്പം കരിങ്കലശം മനസ്സുവന്നു
ചങ്ങാതികളെയും മൂന്നേ മൂന്ന് വലത്തുവച്ചു
തണ്ടയാന്മാരെയും വലത്തുവച്ചു.
കോഴിത്തലവെട്ടി ശകുനം കണ്ടു
മുമ്പിലല്ലോ ആമേരിത്തണ്ടയാനുള്ളിടം
പോയിച്ചെല്ലുന്നു ദൈവമപ്പോൾ
ആമേരിത്തണ്ടയാൻ ചുറ്റിക്കെട്ടി
വെള്ളിത്തളികയിന്ന് പള്ളിപഴയരിവാരി
ദൈവത്തിന്റെ തിരുമുടിക്കരിയെറിഞ്ഞു
ആമേരിയേക്ക് ആമേരിവീരാ എന്ന് പേരുംകൊണ്ടു.
പിന്നയല്ലോ ആമേരിത്തണ്ടയാത്തിയുള്ളേടം
പോയിച്ചെല്ലുന്നു ദൈവമപ്പോൾ
ആമേരിത്തണ്ടയാത്തിയോട് മൂന്ന് വചനം ഇരിയാടും
ചെയ്തു
ദൈവം താൻ ചങ്ങാതികളെയും ചൊല്ലിയയച്ച്
തിരുമുടികഴിച്ച് പള്ളിയറയിൽ യോഗപ്പാട് വരുന്ന്
ദൈവമപ്പോൾ
കതുവനൂറും ആമേരിയും രണ്ട് സ്ഥാനത്ത്
ശേഷിപെട്ടാരപ്പോലെ
ഇസ്ഥാനത്തും പോന്ന് ശേഷിപെട്ട്
വാമാടപ്പലകമേൽ കളിച്ചു വിളയാടി എഴുന്നള്ളിക്കൊണ്ട്
ഞാൻ ചൊല്ലും തോറ്റം കേൾപ്പാൻ
വരികവേണം കതുവനൂർ വീരൻ ദൈവം.

**പതിയം[34] ചൊല്ലൽ**

അമരകുലത്തിൽ[35] പിറന്നോരു ദൈവമേ
ആദരവാൽ കവി ചൊല്‌വാൻ മുതിരുന്നേൻ
ധരയിൽ വാഴും മനുഷ്യർക്ക് പുത്രനായി
മഹാകാളി തന്റെ തിരുമകനല്ലെയോ
ആർത്തും വനംതേടിക്കാലാളും തേരുംപോയ്
ആർത്തു പെരുംപടാ മുത്താർ മുടി തന്നിൽ
മുത്താർ മണിമുടി മുണ്ടത്തൊരുവ്ന്ന്
ഇടിപോലലറി പടപൊരുതുന്നേരം
നീട്ടിവിളിച്ച പടവിളി കേട്ടപ്പോൾ
നീണ്ട പനവില്ലുമൊരമ്പും കൈക്കൊണ്ടിട്ട്
താനും തനിക്കൊത്ത ചങ്ങാതിമാരുമായ്
പാറിപ്പറന്നു പടക്കളം തന്നിലെ
നല്ലസുരപ്പട കണ്ടു തൊഴുതവൻ
നേരസുരപ്പടയോടെതിരിട്ടവൻ
നെഞ്ചാലെ ചെന്നു പടപൊരുതുന്നേര-
ത്തൊരമ്പാലെ തട്ടി ചെറുവിരൽ വീണിതെ
ചേലയും കീറി ചെറുവിരലും കെട്ടി
മന്ദം കളഞ്ഞു മദപ്പെട്ടനേരത്ത്
മന്ദമായുള്ളൊരു വാളുമെടുത്തിട്ട്
ചങ്ങാതിമാരുടെ കൂട്ടത്തിൽ ചെന്നിട്ട്
അന്നു ചെറുവിരൽ വീണതുമൂലമായ്
ആരാഞ്ഞിരുന്നു പടുവളം[36] തന്നിലെ
അംബരമാർഗ്ഗേ പറന്നു ചെറുവിരൽ
ഏതു ഒന്നും ഓർക്കേണ്ട ചങ്ങാതിമാർകളെ
ഞാനീ പടയിൽ മരിക്കയില്ലെന്നുണ്ടോ
കത്തി പലിശ തൊഴുതെടുത്തിട്ടവൻ
മാർത്താണ്ഡനുച്ച തിരിയോളം നിന്നിട്ട്
മാരിപ്പടയിൽ പൊരുതോരു വീരനെ
മാരിപ്പട പാഞ്ഞുകേറി പൊരുതുമ്പോൾ
ഈരെട്ടുദിക്കിൽ കുടകരും വീണിതേ
പത്തുദിക്കിലുള്ള ബാലരും വീണിതേ
ഊരിൽ മികച്ചുള്ളൊരൂരാളർ വീണിതേ
പാരിൽ മികച്ചുള്ളോരൂരാളർ വീണിതേ
പാരിൽ മികച്ച വടുവരും വീണിതേ

34 പതികം

35 അസുരകുലത്തിൽ...എന്നാണ് ചിലർ പാടുന്നത്

36 യുദ്ധക്കളം

എമ്മനും വീണിതേ മേതനും വീണിതേ
വൈരികൾ പുത്തിരൻ താനും മരിച്ചിതേ
അപ്പൊഴെ കേട്ടു കതുവനൂരമ്മോമൻ
പെട്ടെന്നെടുപ്പിച്ചു തണ്ടും പലകയും
വെട്ടിയെറിഞ്ഞുള്ള മാംസഖണ്ഡങ്ങളെ
ഒക്കെ പൊറുക്കി ദെഹിപ്പിച്ചു[37] പോന്നിതെ
വന്താർ മുടിയാറ്റാൽ നീരാടും ചെയ്തിട്ട്
വാഴും കതുവനൂർ പള്ളിയറ പുക്ക്
പള്ളിയറയിൽ തിരവളച്ചങ്ങിനെ
ഭംഗിയിൽ കീർത്തനപ്പാട്ട് പൊരുളോർത്ത്
കേൾക്കുമ്പോൾ
ചേലയുടുപ്പവർ ശേഷയും ചാർത്തീട്ടു
ശേഷിച്ച മേനിക്ക് ചാന്തണിയും ദൈവം
ചില്പമത്താടിയും മീശയും ഭംഗിയിൽ
കണ്ടാൽ കതുവനൂർ വീരനല്ലോ ദൈവം
ചുരുതി മികച്ചൊരു സുന്ദരമേനിയും
ചാന്തും പനിനീർപൊരുത്തമപ്പൊൻ കുറി
കണ്ടാൽ കതുവനൂർ വീരനല്ലോ ദൈവം
വട്ടപ്പലിശയും വാൾനല്ലിളക്കവും
കേട്ടാൽ കതുവനൂർ വീരനല്ലോ ദൈവം
ആ സ്ഥാനം പുക്ക് കുടികൊൾക ദൈവമേ
ഇ സ്ഥാനം പുക്ക് കുടികൊൾക ദൈവമേ
ദൈവം താനിസ്ഥാനം കുടികൊൾവോരേ.

## പെറ്റും പിറപ്പും

വെച്ചെരിയുന്ന നന്താർവിളക്ക് പൊലിക നാവോ[38]
നാട്ടിവച്ച പള്ളിയറയും പൊലികനായോ
എടുത്തുവച്ച പള്ളി ശ്രീപീഠം പൊലികനാവോ
മടക്കിയിട്ട പുള്ളിപ്പൂവാട പൊലികനാവോ
ഇട്ടാരാധിച്ച പൂവൊടുപുഷ്പം പൊലികനാവോ
കടഞ്ഞുവച്ച ആര്യവാളും പൊലികനാവോ
തിളക്കിവച്ച വർണ്ണപ്പലിശ പൊലികനാവോ
കൊത്തിവച്ച ഇളന്നീർ കലശം പൊലികനാവോ
ജലഗന്ധപുഷ്പഹോമധൂപം പൊലികനാവോ
പൊലികായെന്ന് പൊലിയുണർത്തി പാടുമ്പോഴോ
കേട്ടരുൾദൈവമേ നിങ്ങളെ തോറ്റത്തേയോ.

37 പെറുക്കി ദഹിപ്പിച്ചു
38 'പൊലികനായേ' 'പൊലികദൈവമേ' എന്നിങ്ങനെയും പാടും.

നിനച്ചാരല്ലോ പരക്കയില്ലത്ത് ചക്കിയെന്നവരോ
എല്ലല്ലാനല്ല ഇല്ലം വാഴ്വാൻ സന്തതിയ്ണ്ട്
എന്റിതോരു പരക്കയില്ലം വാഴ്വാൻ
ആണെന്നുമെ പെണ്ണെന്നും ഒരു സന്തതി ഇല്ല
ആർക്ക് വേണം ഞാൻ പോയിച്ചെന്ന് വരമിരിപ്പാനോ
പകൽ വിളങ്ങും ആതിത്യനെ ഞാൻ വരമിരിക്കണ്ടു
രാവിളങ്ങും ചന്ദ്രഭഗവാനോ വരമിരിക്കേണ്ടൂ
ഇവരാർക്കുമല്ല ഞാൻ പോയിച്ചെന്നു വരമിരിക്ക്ന്ന്
നാനായി പഴയരി നന്താർ വിളക്ക് തൊഴുതെടുത്തു
പോയിച്ചെന്നാൻ മുന്നമിട്ട ബലിക്കൽ മുരട്ടൊ
വെളുക്കയടിച്ച് കർക്ക[39] കുടഞ്ഞു പെണ്ണുരുവിയോ
നാളെണ്ണീട്ടൊരു നാല്പതു ദിവസം വരമിരിക്കുന്നോ
നാളും കഴിഞ്ഞു നാല്പത്തൊന്നാം ദിവസം നാളിൽ
പ്രത്യക്ഷമെ മൂർത്തിയാകുന്നു ഭഗവാനാരോ
ആര ചാർത്തി പെണ്ണുരുവി നീ വരമിരുന്നത്
നിന്തിരുവടിയെ ചാർത്തിയല്ലോ ഞാൻ വരമിരുന്നത്
നീ നിനച്ച വരം ഞാൻ നിനക്ക് തന്നാലെടോ
നീയെനിക്ക് എന്തു തരുവാൻ പെണ്ണുരുവിയെ
നാനായി പഴയരി നന്താർ ദീപം തരുവനടിയൻ
അതുകൊണ്ടും പോരാ എന്റെ പെണ്ണുരുവി
ആൺ പിറവിയിലും പെൺ പിറവിയിലും എന്തു പേരിടുവാൻ
ആൺ പിറവിയിൽ മന്ദ(പ്പ)നെന്ന് പേരിടുവൻ
പെൺ പിറവിയിൽ അടിയത്തിന്റെ ചതുർ പേരിടുവൻ
ഇവിട വാഴും എമ്പ്രാന്തിരിയും പോന്നു വരട്ടെ
അവിട വാഴും എമ്പ്രാന്തിരിയും പോന്നുവന്നു
ദേവരുടെ തൃക്കാപ്പൂവാതിൽ അകം തുറക്കുന്ന്
പഴമ്പൂക്കളഞ്ഞു പുതുമ്പു ദേവനു മാല ചാർത്തി
എനി കൊണ്ടുവരിക നീ കൊണ്ടുവന്ന ഉരുളി അരിയും
വെയിലത്തു നല്ല വെങ്കല്ലുകൊണ്ടടുപ്പിടുന്നു
വേഗത്താലെ ആ അരിവച്ചു ചോറാക്കുന്ന്
ആ ചോറെടുത്ത് ദേവനാർക്ക് പൂജചെയ്തു
ആ ചോറെടുത്ത് പെണ്ണുരുവിയുടെ മുമ്പിൽ വെച്ചു
വളരെ വാരി പിടിച്ചു ഭഗവാൻ അരിയും പൂവും
ഗർഭകാരിയും ആകുന്നോരു മന്ത്രം ചൊല്ലി
അണിവയറും മാറും നോക്കി എറിഞ്ഞു ഭഗവാൻ
കൊണ്ടുപോയി പെറ്റോ നീ നിനച്ച സന്തതി വരത്തെ
വരവും വാങ്ങി വളരത്തൊഴുതു പോയി നടകൊണ്ടു

---

39 കറുക്ക

തന്റിതോരു പരക്കയില്ലത്ത് കുടിയും കൂടി
ഏത്തം വലിച്ചു തല നീരാട്ടു കുളി കഴിച്ചു
തിരു വൈവാട്[40] അത്താഴമായി ഊൺ കഴിച്ചു
അത്താഴമുണ്ടിട്ടനന്തശയനം പൊൻ കട്ടുമ്മേൽ
ചന്തമെന്നു മയിൽ പോലെ സുഖമുറങ്ങുമ്പോൾ
കാണുന്നല്ലോ അവരും ചില കിനാവില വടിവ്
മടി നിറയെ കോഴപ്പഴവും കിനാവിൽ കണ്ടോ
മുടി നിറയ മൂർഖൻപാമ്പിന കിനാവു കാണുന്ന്
പുഞ്ചയരിയും പുതുക്കലവും കിനാവ് കാണുന്ന്
ആരിയത്തത്ത മടിയിൽ പാറിക്കളിക്ക കാണുന്ന്
പൊന്മകന വാരിക്കോരി എടുക്കക്കാണുന്ന്
ഇടമുല താങ്ങി വലമുല മകനു കൊടുക്കക്കാണുന്ന്
ഞാൻ കണ്ട കിനാവ് വഴിയോ പൊഴിയോയെന്നറിയണ
മെന്നിട്ട്
ഞെട്ടിയുണർന്ന് പൂനിലാമുറ്റത്തെ ഉളനാകുന്ന്
ഇടപുറം തിരിഞ്ഞു വലപുറം കൊള്ള നോക്കുന്നേരം
കണ്ടാരല്ലോ താനുടുത്തോരു പൂവാടയിൽ
കുന്നിപോലെ വർജ്ജനപ്പെട്ടു മെയ് തിരണ്ടു

മൂന്നു രാവും മുപ്പകലും വേർതിരിഞ്ഞു
നാലാം പുലരിയിൽ നന്മാറ്റുടുത്തു പാല്ക്കുളം പുക്ക്
അഞ്ചു നീരാടി അരിയാൽ ശേഷക്കുറിയും തൊട്ടു
ഹരി ദൈവമേ സൂര്യദേവ ഭഗവാനാരേ
ഇന്നീരൊഴിഞ്ഞു മറുനീറ്റിലുണ്ടാകേണം അണി
ഗർഭമോ
അന്നീരാലെ മുറ്റുണ്ടല്ലോ അണി ഗർഭമോ
ഒന്നാം തിങ്ങളിൽ ഒളി തികവുണ്ട് തൃഗർഭമോ
രണ്ടാം തിങ്ങളിൽ ചുറ്റും മുലയ്ക്ക് ചരു ചുരക്കുന്ന്
മൂന്നാം തിങ്ങളിൽ പുള്ളിമുലയ്ക്ക് മഷി കനിഞ്ഞു
നാലാം തിങ്ങളിൽ നാഗരസപാൽ ഉൺ കൊതിച്ചു
അഞ്ചാം തിങ്ങളിൽ നെഞ്ചു മുലയിൽ പാൽ ചുരന്നു
ആറാം തിങ്ങളിൽ അഴകിയ വേഷം രൂപം പൂണ്ടു
ഏഴാം തിങ്ങളിൽ പുങ്ങ[41] നൊടു പുളികുടിയോ
ഏഴും എട്ടും ഒമ്പതും പോയി പത്തു മാസമാകുമ്പോൾ
ചോര പൊലിയ പ്രസവിക്കുന്ന പൊന്മകന
എന്തെല്ലാമാരംഭം അതി വിശേഷമോ

40 വഴിപാട് (നിവേദ്യ വസ്തു)
41 പുംസവനം എന്ന ഗർഭകാല സംസ്കാരക്രിയ

ചെങ്കാറ്റടിക്കുന്നു ചെങ്കുളിർ പായുന്നു പൊന്മകൻ
മെയ്യിന്ന്
മലങ്കാറ്റടിക്കുന്നു മാരിയെന്ന മഴ പെയ്യുന്നു
ഇത്രയെല്ലാം ആരംഭത്തോടെ പിറന്ന മകനോ
ചെമ്പരപ്പും പാല്പരപ്പും നിറയരുതെന്നിട്ട്
അഴകിതൊരു ചെന്തെങ്ങിന്റെ കുലയിളന്നീര്
ചെത്തി ഉരിച്ചു കൊത്തിയുടച്ചു കലശമാടുന്നോ.

നാലിനോടെ നാലാം വക പുല കഴിഞ്ഞു
ഏഴുകൊണ്ട് ഏഴാം വക പുല കഴിഞ്ഞു
പതിനഞ്ചുകൊണ്ട് പുല പുണ്യമാസം[42] പുലയും
തീർന്നോ
പരിചിനോടെ ഇരുപത്തേഴാം തന്നാളിലോ
ചരടു കെട്ടി കണ്ണെഴുതി പാൽ പകരേണം
അഴകിതോരു ഗോദാവരിയുടെ പാൽ കൊണ്ടുവന്നു
ഏഴു മണി പൊഴുതരിയിട്ട് പാൽ കാച്ച്ന്നു
നാരോത്തിന്റില പൊൻപ്ലാവിലയായി മുറ്റിയുണ്ടാക്കി
പൊന്മകന പൊൻപോലെ കുളിച്ചൊപ്പിച്ചു
നാടകശാല നടയരങ്ങിലെ കൊണ്ടുനിർത്തി
ചരടു കെട്ടി കണ്ണെഴുതി പാൽ പകരുന്നു.
പാൽ പകർന്നു തൊട്ടിൽ പൊലിച്ചു പൊന്മകന
ആറു തിങ്ങളാകൂലും പാൽ കുടിച്ചു മൈ വളരുന്നോ
ആറാണ്ടിലല്ലേ അന്നരസമൂട്ടി പൊന്നണക്കേണ്ടു
ആർക്കറിയാംപോൽ പൊന്മകൻ പിറന്ന നാളും രാശി
അറിയാംപോലും ഊരിൽ വാഴും പെരും കണിശനോ
നാളറിയും നല്ലറിവോര വിളിച്ചുവരുത്തി
നാളും രാശി നമ്മുഹൂർത്തം ഗണിച്ചാനവനോ
മകം പിറന്നവനു മന്ദപ്പനെന്ന പേർ പൊരുത്തം വിധിച്ചോ
ചോറുണ്ണിനും പൊന്നണക്കുവാനും മുഹൂർത്തം കണ്ടോ
പെരും കണിയാര മേനിയിലെ അഴപ്പിക്കുന്നു.[43]
നഗര വീര്യ പോരുംതട്ടാന വിളിച്ചുവരുത്തി
പഴയൊരു ചെപ്പ്ന്ന് പുതിയൊരു ചെല്ലം പൊന്നെടുത്തു
ആയിരം കഴഞ്ചി അർത്ഥം തൂക്കിക്കൊടുത്തു അവന്
മകരമെന്ന രാശിമേലേ[44] ഉമിത്തറ കൂട്ടി
മൂശ പിടിച്ച് പൊന്നുരുക്ക്ന്ന് പെരുംതട്ടാനോ

---

42 പുല പോകാനുള്ള പുണ്യാഹം

43 അയപ്പിക്കുന്നു.

44 വടക്കുനിന്ന് അല്പം പടിഞ്ഞാറ് മാറി

കേൾക്കെട്ടെടോ പൊന്നുരുക്കിയ ശകുനനില
അടികരിഞ്ഞി[45] ട്ടരയാൽ വർഗ്ഗം തികഞ്ഞിനു
പൊന്നിനോ
കാക്കച്ചുമട് കരിനീരൊഴുക്ക് ഇണ്ട് പൊന്നിനി
ഇന്നാടൊഴിച്ച് കുടകരെ മലക്കൊരു വാഴ്ച പോരും
അരിശം പാരം കടിയവനായി മെയ് വളരും പൊന്മകനോ
ഉരുകിത്തെളിഞ്ഞ പൊന്നുകൊണ്ടെന്തെല്ലാം പണി-
യൊരുക്കേണം
കാക്കു പാടകം കൈക്ക് ചൂടകം പണിയൊരുക്കേണം
പൊഴുതുമോതിരം[46] ഇളക്കത്താലി പണിയൊരുക്കേണം
പൊഴുതുമോതിരം ഇളക്കത്താലി പണിയൊരുക്ക്ന്ന്
ദൃഷ്ടി[47] വിളക്കി ഓപ്പമിട്ടു പെരുന്തട്ടാനോ
പെരുന്തട്ടാന മേനിയിലെ അയപ്പിക്ക്ന്നോ
പൊന്നെടുത്ത് പടിഞ്ഞാറ്റകത്ത് കൊണ്ടുവെക്കുന്ന്
കദളിവാഴ തിരുളിലക്കണ്ടം[48] മുറിച്ചുകൊണ്ടൊന്നോ
പൊന്മകൻ പിറക്കുംമുമ്പേയുള്ള ഇട്ടിച്ചെന്നെല്ല്
ഇട്ടിച്ചെന്നെല്ല് ലങ്കാപുരിയൻ വിത്ത് കുത്തുന്നോ
പാലിലെ പഴത്തിലെ പഞ്ചമൃതഞ്ചിലെ ചോർ
വശമാക്കുന്നോ

പൊൻമകന പൊൻപോലെ കുളി കഴിപ്പിക്കുന്നോ
നാടകശാല നടയരങ്ങിൽ കൊണ്ടുനിർത്തുന്നോ
കിഴക്കു കൊള്ള തിരിച്ചുടൻ ശേഷചാർത്തുന്നോ
പടിഞ്ഞാറോട്ട് തിരിച്ചുടനെ പൊന്നണക്കുന്നോ
ചോറും പൊന്നും ഉടനൊന്നായി കൊടുത്താനവനോ
ഇടത്തെ കർണ്ണം പൊത്തി വലത്തെ കർണ്ണത്തിൽ പേർ
പൊലിക്ക്ന്ന്
മകം പിറന്നവനു മന്ദപ്പനെന്ന പേർ പൊലിക്ക്ന്ന്.

**തോറ്റം**

പിറന്നു വളർന്നു മൂവാണ്ടിൽ മുടിപൊലിച്ചു
അയ്യാണ്ടിൽ കയ്യെഴുതി മെയ്തെളിഞ്ഞു
ഒരുപത്ത് പന്തീരാണ്ടും നൽപ്രായത്തിൽ
തൊഴുതെടുത്തു ചിറ്റമ്പും ചെറുവില്ലായുധം

45 തികഞ്ഞ് (പാ.ഭേ.)
46 മുഹൂർത്തനേരത്ത് അണിയുന്ന മോതിരം
47 കണ്ണ് (മാല, താലി എന്നിവയുടെ കൊളുത്ത്)
48 തളിരിലക്ഷണം

തന്റെ പൊതമൊത്ത[1] ചങ്ങാതികളും താനും കൂട
മാങ്ങാട്ട് തെരുവൻ പറമ്പിൽ കളിപ്പാൻപോയി
ഉച്ചയാകുവോളം ഒറ്റയും കുറിയും എയ്തു കളിച്ചു[2]
കടുക[3] നടന്ന് മേലില്ലത്തിന് പോയിച്ചെന്നു
പാലും ചോറും വയർ നിറവോളം ഊൺ കഴിഞ്ഞു.
പല നാളിങ്ങിനെ കളിച്ചോടി വരുന്നതു കണ്ടു
അപ്പൊഴും പറയുന്നല്ലോ കുമരച്ചൻ
കേൾപ്പിതായോ[4] നീ മകനേ മന്ദപ്പാ
പുക്ക പുക്ക പ്രായം നിനക്ക് മന്ദപ്പാ[5]
ഒക്ക ത്തക്ക പണി പലതും എടുക്കണമെടോ

അപ്പാഴും പറയുന്നല്ലോ മന്ദപ്പൻ
പണിയെടുപ്പാൻ പണിപ്പണ്ടാട്ടി പെറ്റില്ലെന്ന
തുരമെടുപ്പാൻ[6] തുരക്കാരന്റെ മകനല്ല
പണിയെടുക്കായ്കിൽ നിങ്ങളുടെ ചോറും വേണ്ട
കൂടയുടനെ അരിശം പറഞ്ഞു കുമരച്ചനോ[7]
പണിയെടുക്കായ്കിൽ നിനക്കിവിടന്ന് ചോറുമില്ല
മന്ദപ്പന് പാലും ചോറും വിലക്കീനിവിട[8]
വിലക്കിയതിരിക്കെ ചോറിവിടന്ന് കൊടുത്തുവെന്നാൽ
അമ്മയും മകനും പരക്കയില്ലം[9] വാഴുകേ വേണ്ടൂ.

അതുകേളാതെ പിറ്റേന്നാളും കളിപ്പാൻ പോയി
ഉച്ചതിരിയോളം ഒറ്റയും കുറിയും എയ്തു കളിച്ചു
ഉച്ചതിരിഞ്ഞു തിരിഞ്ഞോരയ്യടി നേരമാകുമ്പോൾ
കേൾപ്പിതായോ നിങ്ങളെന്റെ ചങ്ങാതികളെ
എനിക്ക് പാരം വിശക്കുന്നെന്റെ ചങ്ങാതികളെ
ഞാനൊരിക്കാൽ മേലില്ലത്തിന് പോയിവരട്ടെ
കടുക നടന്ന് മേലില്ലത്തിന് പോയിച്ചെന്നു
ചെറുകാപ്പുറത്ത് ചെന്തെങ്ങോട് വില്ലുംചാരി
കയ്യും കഴുകി പടിഞ്ഞാറ്റകത്ത് ചെന്നിരുന്നു
പാല് തായേ ചോറ് തായേ തമ്മരവിയേ

1. പുതമൊത്ത (പ്രായമൊത്ത)
2 ഒറ്റയും കുറിയും ഏരം ദൂരം എയിതു കളിച്ചു (പാഠഭേദം)
3 വേഗത്തിൽ
4 കേൾപ്പതിണ്ടോ നീ മകനേ മന്ദപ്പാ (പാ.ഭേ.)
5 ഒക്കപ്പുക്കപ്രായം നിണക്കെടോ മന്ദപ്പാ (പാ.ഭേ.)
6 പണിയെടുപ്പാൻ (തുരം-പണി)
7 അരിശം പാരം ജനിക്കുന്ന് കുമാരച്ചന് (പാ.ഭേ.)
8 മുടക്കീനെടോ (പാ.ഭേദം)
9 അവരുടെ സ്വന്തം തറവാടാണ് പരക്കയില്ലം

അപ്പൊഴുടനെ പറയ്ന്നല്ലോ തമ്മരവിയോ
കേൾപ്പിതായോ നീ മകനേ മന്ദപ്പാ[10]
നിന്റോരച്ഛൻ മാങ്ങാട്ട് കുമരച്ചൻ
നിനക്കിവിടുന്ന് പാലും ചോറും മുടക്കീനെടോ[11]
വിലക്കിയതിരിക്കെ ചോറിവിടുന്ന് തന്നുവെന്നാൽ
നമ്മൾ ഇരുവരും പരക്കയില്ലം വാഴ്കേ വേണ്ടൂ[12]
വിശക്കുന്നേരം കളിപറയല്ലേ തമ്മരവിയമ്മേ
താലവും തളിക പൊടിമയക്കി[13] തമ്മരവിയമ്മ
പൂപ്പോലെ ചോറ് പൊൻപോലെ നാലുകറി വിളമ്പി
കലർന്ന് പിടിച്ചു ഊൺ കഴിവാനായ് മുതിരുന്നേരം
കണ്ട് കണ്ട് വരുന്നല്ലോ കുമരച്ചനോ
ആരാണെടോ പടിഞ്ഞാറ്റകത്ത്ഊൺമുമ്പിലോ
നമ്മളിതോരു മന്ദപ്പനല്ലെ ഊൺ കഴിയ്ന്ന്[14]
മന്ദപ്പനു പാലും ചോറും വിലക്കീനിവിട
വിലക്കിയതിരിക്കെ ചോറിവിടുന്ന് കൊടുത്തതാര്
അരിശം പാരം ജനിക്കുന്നല്ലോ കുമരച്ചനോ
ചെറുകാപ്പുറത്ത് ചെന്തെങ്ങോട് ചാരിയ വില്ലേ
വില്ലെടുത്ത് ചവിട്ടി പൊളിച്ചങ്ങെറിഞ്ഞു കളഞ്ഞു
വില്ലു പൊട്ടുന്നത് തിറംചെവിടാലെ[15] കേട്ടുകൊണ്ട്
ഇതും[16] തൊപ്പൻ[17] പട്ടാങ്ങ[18]മെന്റെ കുമരപ്പാ
ആയുധംപോയതും ആയുസ്സുപോവതും ഒക്കുമെനിക്ക്
ചോറും തളിക ഊൺ കയ്യാലെ കട്ടുവും ചെയ്തോ
ഇനി ഞാൻ നിങ്ങളുടെ കണ്ണിൻമുമ്പിൽ ഇരിക്കുകയില്ല
കയ്യും കഴുകി കീത്തളിയില്ലത്തിന് പോയിച്ചെന്നു[19]

വട്ടമിട്ട് കൂടീനവര് ചങ്ങാതികള്
ദൂരെനിന്നേ കണ്ടിനവര് ചങ്ങാതികള്
അപ്പഴും പറയന്ന്ല്ലോ ചങ്ങാതികളും
മന്ദപ്പന്റെ മുഖവും തൊപ്പൻ വാടീനെടോ
അമ്മയും മകനും ചെറുകല്യാണം കഴിഞ്ഞൂംതോന്ന്

10 അതിനൊരു കുറവിണ്ടെടോ മന്ദപ്പാ (പാ.ഭേ)
11 വെലക്കീനെടോ (പാ.ഭേ)
12 വഴിപോകേ വേണ്ടൂ (പാ.ഭേ)
13 മഴക്കി (കഴുകി)
14 അരിശം പറഞ്ഞ മന്ദപ്പനല്ലോ ഊൺ കഴിയുന്നോ (പാ.ഭേ.)
15 ചെവിടോർച്ചയോടെ ('പുറംചെവിടാലൈ-പാ.ഭേ)
16 ഇതും ('ഓർന്നിത്യം' എന്ന ലീലാതിലകസൂത്രം നോക്കുക.)
17 ധാരാളം
18 സത്യം
19 ഇല്ലത്ത് ചങ്ങാതികളെ വീട്ടിൽച്ചെന്നു (പാ.ഭേ.)

വീട്ടിൽ കലഹം ഭാവിച്ചോ നീ മന്ദപ്പാ
വഴക്കുണ്ടെങ്കിൽ പറഞ്ഞിണക്കാം മന്ദപ്പാ
ഇരിപ്പാൻ വെച്ചിന് വെയിപ്പാൻ[20] വായെടോ മന്ദപ്പാ
നാല്വരുടെ നടുവിലല്ലോ വിളിച്ചിരുത്തി
അപ്പവും ചോറും വയർ നിറവോളം ഊൺ കഴിഞ്ഞു
ഉണ്ടെഴുനീറ്റ് കയ്യും വായും സുഖം വരുത്തി[21]
വെറ്റില തിന്നു രസമുള്ള വാർത്ത സുഖം പറയുമ്പോൾ
കേൾപ്പിതായോ നിങ്ങളെന്റെ ചങ്ങാതികളെ
ഇപ്പഴല്ലേ ഞാനിവിടുന്ന് പോയതെടോ
നിങ്ങളെന്തൊരു ചെറുകല്യാണം കൊണ്ടീനിവിട[22]
കമിന്തിക പൊഴുത്[23] കൊണ്ടിനി ഞാങ്ങൾ മന്ദപ്പാ
ഇന്ന് നിങ്ങൾ കമിന്തിക പൊഴുത് കൊണ്ടാലെടോ
എന്ന് നിങ്ങൾ ഏഴിനും മീത്തൽ പുറപ്പാടുണ്ട്
ഇന്നൊരു ശനിയാഴിച്ച ദിവസമല്ലോ
മേലേത്തെ ബുധനായിട്ട് പുറപ്പാടാണ്
ശനിയും ബുധനും കിഴക്ക് യാത്ര പൊരുത്തം ആണോ
ഞാനും കൂട പോരുന്നെന്റെ ചങ്ങാതികളെ
നീ പോന്നാൽ[24] നിന്റെ അച്ചനുവമ്മ അറിഞ്ഞാലെടോ
കെട്ടിഞ്ഞേലും[25] കിണറ്റിത്തുള്ളും മന്ദപ്പാ
കെട്ടിഞ്ഞേലലും കിണറ്റിൽ തുള്ളലും കോളെനിക്കോ[26]
ആരാനുണ്ടോ ഏഷണികേട്ടെ വീട്ടിലിരിപ്പ്.

മന്ദപ്പനും പോരുമെന്നുറച്ചാനവരും
മന്ദപ്പന ചതിപ്പാനെന്തൊരുപായമുള്ളു
ഇന്നു നമ്മൾ ഏഴിനും മീത്തൽ പോയാലെടോ
വന്നാലല്ലേ ഉല്ലസിപ്പാനായവസരമുള്ളു
ആളെണ്ണം നല്ല കൂട്ടവായി വകഞ്ഞെടുത്തു[27]
മങ്ങാട്ട് നിടിയ കാഞ്ഞിരത്തിൻ കീഴിൽ താമള[28]മാക്കി
അപ്പൊഴുടനെ പറയുന്നല്ലോ മന്ദപ്പൻ
നിങ്ങളെല്ലാവരും താമളത്തിലേക്ക് നടക്കൂനെടോ

---

20 ഭക്ഷിപ്പാൻ
21 ഉണ്ടെഴുന്നീററ് വായിനീരാടി സുഖം വരുത്തി (പാ.ഭേ.)
22 കൊണ്ടിരുന്നു ഇവിടെ
23 യാത്രാരംഭ മൂഹൂർത്തം
24 നീ പോകുന്നത് (പാ.ഭേ.)
25 തൂങ്ങും
26 എനിക്ക് കൊള്ളാം
27 കൂട്ടൊന്നായി പങ്കിട്ടെടുത്തു
28 താവളം

ഞാനൊരിക്കാ[29] മേലില്ലത്തിന് പോയിവരട്ടെ
കടുക നടന്ന് മേലില്ലത്തിന് പോയിച്ചെന്നു
തന്റാരച്ഛൻ വെച്ചിതോരു തെങ്ങ്മ്മന്ന്[30]
നാലിളന്നീർ എട്ടുതേങ്ങ കൊയിതുരിച്ചു
ഒരു തേങ്ങ ഉടച്ചതിന്റെ നീർ കുടിച്ചു
ഉടച്ചതേങ്ങ മേൽ പടിമ്മലും കീഴ്പടിമ്മലും വെച്ചു
അമ്മിചിരവ വലിച്ചുടനെ കിണറ്റിലിട്ടു
അമ്മിനീണ് ചിരവതാവുംകാലം ഞാനിവിടയാകട്ടെ
ഉടച്ച തേങ്ങ മുറികൂടും കാലം ഞാനിവിടയാകട്ടെ
തേങ്ങ ഇളന്നീർ വടിമേൽ കാഴ്ച കെട്ടിക്കൊണ്ട്
മാങ്ങാട്ട് തെരുവിലല്ലോ പോയിച്ചെന്നു.

കുമരപ്പച്ചെട്ടിയാന്റെ വീട്ടിൽച്ചെന്നു
കേൾപ്പിതായോ നീങ്ങളെന്റെ ചെട്ടിയാനേ
ഓരണത്തട്ടം ഈരണ പൈമ്പക്ക്[31] വില ചോദിച്ചു
അപ്പൊഴും പറയുന്നല്ലോ ചെട്ടിയാനും
ഏഴിനും മീത്തൽ പോകുന്നോ നീ മന്ദപ്പാ
ആരാനുണ്ടോ ഏഷണി കേട്ടാൽ വീട്ടിലിരിപ്പ്
ഏഴിനും മീത്തൽ പോകുന്ന് ചെട്ടിയാനേ
ഏഴിനും മീത്തൽ പോകണ്ടാ നീ മന്ദപ്പാ
എന്റെ കൂട ഇരിക്കാം നിണക്ക് മന്ദപ്പാ
ഒരുവണ്ണമാകിലും കുടകറ[32] മല ഞാൻ കണ്ടൊഴിച്ച്
മലനാട്ടിലിരിക്കയില്ല ഞാൻ ചെട്ടിയാനേ
മുണ്ടുവും വിരിപ്പും പൈമ്പ വാങ്ങിക്കെട്ടി[33]
മടക്കത്തിലിതിലെ വന്നാൽ അരി തരുവാൻ ചെട്ടിയാനെ
എന്ന കണ്ടത് മേലില്ലത്തിന് പറഞ്ഞേക്കല്ലാ.

കടുക നടന്നു താമളത്തിലേക്ക് പോയിച്ചെല്ലുമ്പോൾ
റാക്കും കള്ളും മുതൃത്തിനവര്[34] ചങ്ങാതികള്
നാല്വരുടെ നടുവിലല്ലോ വിളിച്ചിരുത്തി
കണക്കിലധികം[35] ചെരിച്ചു ചെരിച്ച് തന്നവര്
അളവറിയാതെ താൻ വാങ്ങി ഏറെ കുടിച്ചുപോയി
കുടിച്ചു മതിച്ചു താമളത്തിൽ ഇരിക്കുന്നേരം

29 ഞാനൊരിക്കൽ
30 തെങ്ങിന്മേൽനിന്ന്
31 മാറാപ്പ് (പുതപ്പ്)
32 കുടകരുടെ
33 തട്ടവും പൈമ്പ വില ചോദിച്ചു വാങ്ങിക്കെട്ടി (പാ.ഭേ.)
34 മുതിർക്കുക (ഏർപ്പെടുത്തുക)
35 ഏറ്റം (പാ.ഭേ.)

മെയ്യലസി[36] യാകുന്നോരുറക്കം വന്നു.
ഉറക്ക് പാരം പെരുതെനിക്ക് ചങ്ങാതികളെ
നിങ്ങളിതോരു ചടങ്ങിൻ[37] പുറത്തുറങ്ങട്ടോ ഞാൻ
പുതുമൂരി[38] ചടങ്ങാണെടോ മന്ദപ്പാ
പുതുമൂരി പൊഴുതിളകും മന്ദപ്പാ
തേങ്ങ ഇളന്നീർ ചടങ്ങിൽ പുറത്തങ്ങ്[39] വെക്കട്ടോ ഞാൻ
ഞാങ്ങളിതോരു കോണിക എല്ലാം മീട്[40] കെട്ടിപ്പോയ്[41]
തണ്ണീർ കുടിയും താന്താൻ കൈമേൽ വേറെ വേണം
തന്റിതോരു മാറാപ്പഴിച്ചു വിരിച്ചുകൊണ്ടും
തന്ന മറന്നും സ്ഥലം മറന്നും ഉറങ്ങിപ്പോയി
ഉരുട്ടിപിരട്ടി നോക്കുന്നവര് ചങ്ങാതികള്
മന്ദപ്പനല്ലെ മരിച്ച കണക്കെ ഉറങ്ങുന്നത്
ഇപ്പോൾ തക്കം മന്ദപ്പന ചതിപ്പാനെടോ
തട്ട[42]യും മണിയും കാറടക്കി കെട്ടിക്കൊണ്ട്
മൂരിപ്പുറത്ത് ചടങ്ങെടുത്തേറ്റി ചങ്ങാതികള്

കുറുമാത്തൂര് വലിയ തോട്ടത്തിൽകൊണ്ട് ചടങ്ങ് മറിച്ചു[43]
ചടങ്ങും മറിച്ചു നിര കൂടിട്ടിരിക്കുന്നവര്[44] ചങ്ങാതികള്
മുണ്ട തറച്ചു മൂരീന കെട്ടീനവര് ചങ്ങാതികള്
വരതൻ കുന്നിൽ മുപ്പത്തെവര കൈതൊഴുതു
കുറുമാത്തൂര് വലിയ തോട്ടത്തിൽ പോയി ചെല്ലുമ്പോൾ
മന്ദപ്പന്റെ തലമുട്ട് കണ്ട് മൂരി മിരണ്ടു.
ആരാണെടോ നമ്മളെ മൂരീന മിരട്ടിയത്
ഉറക്കിൽ ചതിച്ച മന്ദപ്പനാറ്റം[45] പോയോ ഇതിലെ

നാളയിത്ര നേരമായാലേ അവനറികയുള്ളു
വാഴയുടെ നിഴൽ കണ്ടല്ലോ മൂരി മിരണ്ടു
അന്നവിട വാഴമറകൊണ്ട് നിന്നാനവനും

---

36 ശരീരത്തളർച്ച
37 സാധനങ്ങൾ നിറച്ച കെട്ട്
38 കാള
39 കോണിയതിലെ (പാ.ഭേ.)
40 മൂടി (വായ)
41 ചടങ്ങെല്ലാം മീട് കെട്ടീനി (പാ.ഭേ.)
42 കന്നുകാലികളുടെ കഴുത്തിൽ കെട്ടുന്ന, മരംകൊണ്ടുള്ള ഒരുതരം ഉപകരണം
43 താഴ്ത്തി
44 നിര കൂടീനവര് (പാ.ഭേ.)
45 മന്ദനോ മറ്റോ

പിറ്റന്നാൾ വാനുലോകം പുലരുന്നേരം
മൂരിപ്പുറത്ത് ചടങ്ങെടുത്ത്[46] ഏറ്റി ചങ്ങാതികളും
തട്ടിത്തെളിച്ചു നടകൊള്ളുന്ന് ചങ്ങാതികള്
കുറുമാത്തൂര് വലിയതോട്ടം കൈകപ്പോയി
തേരള നിരവ് ദേവരെ കോട്ടം[47] കൈകപ്പോയി
തേരളായി ഭഗവാനെയും കൈ തൊഴുതു
ചെറുകര മുനമ്പ് എരുമട്ടികല്ല് കൈകപ്പോയി
നിടുമുണ്ടമിടുവാലൂരെ പാലം കടന്നു
വലമെ തിരിഞ്ഞു വാരത്തപ്പന[48] കൈതൊഴുതു
ശേഖരൻകുന്ന് ചെങ്ങളായി നട കഴിഞ്ഞു
ചങ്ങളായി ദേവരേയും കൈതൊഴുതു
ഇടുപ്പയിൽ ചാലൂടെ വഴിപോകുമ്പോൾ
ഇടുപ്പയിലമ്മയുടെ വീട്ടിൽ ചെന്നു
വന്നായോ നീയുമെടോ മന്ദപ്പാ
ഇങ്ങെവിടേക്ക് വഴിപോവാനായിതിലേ പോന്ന്
ഏഴിനും മീത്തൽ പോകുന്നു ഞാൻ ഇടുപ്പയിലമ്മേ
മൂരിക്കാരർ[49] ചങ്ങാതികളും പോയോ ഇതിലേ
പത്താം മീത്തല്[50] ഉച്ചയാകുമ്പോൾ പോയവരിതിലെ
ഉറക്കിൽ ചതിച്ചു പോയിനവര് ചങ്ങാതികള്
ഉറക്കിൽ ചതിച്ച ചങ്ങാതികളെ കൂടപ്പോണ്ടാ
ഉറക്കിൽ ചതിച്ചതും മറവിൽ കൊന്നതും ഒക്കുമെടോ
ഉറക്കിൽ ചതിച്ച ചങ്ങാതികളെ കൂടപ്പോണ്ടാ
എന്റെ കൂട ഇരിക്കാം നിനക്ക് മന്ദപ്പാ.
അതിനൊരു കുറവുണ്ടെന്റെ ഇടുപ്പയിലമ്മേ
ഒരുവട്ടം കുടകരെ മല ഞാൻ കണ്ടൊഴിച്ചേ
മലനാട്ടിലെങ്ങും ഇരിക്കയുള്ളു ഞാൻ ഇടുപ്പയിലമ്മേ
കഞ്ഞി കുടിച്ചു പോകാം നിണക്ക് മന്ദപ്പാ
കഞ്ഞി കുടിച്ചു പോകാനിപ്പോൾ അവസരമില്ല.
ഇടുപ്പയിലമ്മയോട് ദാഹിച്ച തണ്ണീർ വാങ്ങി കുടിച്ചും കൊണ്ട്
ഇടുപ്പയിലമ്മയോട് വഴിയും കേട്ടു.

ചീരുവാച്ചേരികാവൂടെ വഴിപോകുമ്പോൾ
ചുഴലിഭഗവതി അമ്മേനയും[51] കൈതൊഴുതു

46 പേറെടുത്ത് (പാ.ഭേ.)
47 ക്ഷേത്രം
48 വാരമെന്ന സ്ഥലത്തുള്ള ക്ഷത്രത്തിലെ ദേവനെ
49 കാളകളെയും തെളിച്ചു പോകുന്നവർ
50 ഒരു നക്ഷത്രം

പരിപ്പായി വയലൂടെ വഴിപോരുമ്പോൾ
പരിപ്പായി ദേവരെയും കൈതൊഴുതു
ചെട്ടിയാൻകുന്ന് കപ്പടിച്ചോല കൈകപ്പോയി
കപ്പടിച്ചോല പുതിയങ്ങാടി നഗരം കഴിഞ്ഞു
കൊട്ടാരം വലത്തൊഴിച്ചു പോകുന്നേരം
വെന്ത്രുക്കോവിലപ്പനെയും കൈതൊഴുതു
ഓടത്തുപാലം ശ്രീകണ്ഠാപുരം കൈകപ്പോയി
അമ്മകോട്ടത്തമ്മേനയും കൈതൊഴുതു
അമ്മകോട്ടം പട്ടികക്കല്ല് കഴികപ്പോയി
ഇടമേ തിരിഞ്ഞ് ചേരമാൻ പട്ടാത്തിടവും കണ്ടു
ചെറുകര അമ്പലം നിടുവാൻ തോട് കൈകപ്പോയി

കാവുമ്പായി വയലൂടെ വഴിപോകുമ്പോൾ
കാവുമ്പായി ദേവരെയും കൈതൊഴുതു
എടയിക്കോത്ത് ചാലൂടെ വഴിപോരുമ്പോൾ
വെട്ടക്കോരുമകൻ മാടം കണ്ടും കൈതൊഴുതു
പെരിന്തിരിയാല് പുള്ളിമാൻകുന്ന് കഴികപ്പോയി
മുയിപ്പറച്ചോല ഏറ്റം കയറി നീർന്നു
മുയിപ്പറയിദ്ദേവരെയും കൈതൊഴുതു.

താവൂര് വെളിച്ചത്തല്ലോ പോയിച്ചെന്നു
മൂരിച്ചുവടും കമ്പവലിയും കാണ്മാനില്ല
പെരിയ പിഴച്ചു പോയെനിക്ക് ചങ്ങാതികളെ
വലമേ തിരിഞ്ഞ് വണ്ണായ്ക്കടവിന് ചങ്ങാതികള്
പൊടിക്കളം കഴിഞ്ഞ് വണ്ണായ്ക്കടവിന് ചടങ്ങും മറിച്ചു
ചടങ്ങും മറിച്ച് നിരകൂട്ടീനവർ ചങ്ങാതികള്
കമ്പവലിയും മൂരിച്ചുവടും കാണ്മാനില്ല
പെരിയ പിഴച്ചു പോയാരല്ലോ മന്ദപ്പന
ഇടമേ തിരിഞ്ഞ് എരുവേശിക്കിഴിഞ്ഞും പോയി
ചെങ്കുന്നത്ത് വയലൂടെ വഴിപോകുമ്പോൾ
ചെങ്കുന്നത്ത് ദേവരേയും കൈതൊഴുതു
വട്ടപ്പിലാക്കിൽ പാടിക്കുറ്റിയമ്മേന കൈതൊഴുതു
ഗണപതിയാരെ മണ്ഡപം കണ്ടും കൈതൊഴുതു
തൂണിയാരെ കടവു കടന്ന് കയറിക്കൊണ്ട്
മൂത്തടത്തരമനയ്ക്കൽ പോയിച്ചെന്നു
ദൈവത്താറയും പാടിക്കുറ്റിയമ്മേന കൈതൊഴുതു
കണ്ടാരല്ലോ അഞ്ചരമനക്കൽ വാഴുന്നവര

51 സോമേശ്വരിയമ്മേനയും (പാ.ഭേ.)

അങ്ങെവിടുന്ന് വരികയുണ്ട് നീ മന്ദപ്പാ
ഇങ്ങെവിടേക്ക് വഴിപോകാനായ് ഇതിലേപോന്നു
വരുന്നത് ഞാൻ മാങ്ങാട്ട്ന്ന് വാഴുന്നവരേ
ഏഴിനും മീത്തൽ പോകുന്നു ഞാൻ വാഴുന്നവരേ
ഏഴിനും മീത്തൽ പോകണ്ടാ നീ മന്ദപ്പായേ
എന്റെ കൂടെ ഇരിക്കാം നിണക്ക് മന്ദപ്പായേ
അകത്തെ ജീവിതം മെയ്ചങ്ങാത്തം ചൊല്ലിത്തരുവൻ
അതിനൊരു കുറവുണ്ടെന്റെ വാഴുന്നവരേ
എന്റെ കൂട ചങ്ങാതികള് പോന്നിട്ടുണ്ട്
വണ്ണായ്ക്കടവിന് പോയിനവരെന്റെ ചങ്ങാതികള്
ഒരുവണ്ണമാകൂലും അവരെ കൂട എത്തണമെനിക്ക്
കഞ്ഞികുടിച്ച് പോകാം നിനക്ക് മന്ദപ്പാ
കഞ്ഞികുടിച്ച് പോകാനിപ്പോളവസരമില്ല
വാണവരോട് ദാഹിച്ച തണ്ണീർ വാങ്ങികുടിച്ചു
അഞ്ചരമനക്കൽ വാഴുന്നവരോട് വഴിയും കേട്ടു

മൂത്തടത്തരമന എളയടത്തരമന കഴികപ്പോയി
അഞ്ചാമേടത്തരവും തളവും[52] കൈകപ്പോയി
പറയപ്പറയ വൈരിയാം കോട്ടം കൈകപ്പോയി
വൈരിയാം കോട്ടം അടുക്കളക്കുന്ന് കൈകപ്പോയി
പുപ്പറമ്പ് പുതിയനാർകാവ് കഴിഞ്ഞു
മഞ്ഞക്കാഞ്ഞിരം വറട്ട് തോട് കൈകപ്പോയി
എരിത് കടവ് വൻപുഴ കരിമ്പുഴ കൈകപ്പോയി

പൊടിക്കളം കഴിഞ്ഞ് വണ്ണായ്ക്കടവിന്
പോയിച്ചെല്ലുമ്പോൾ
അവിലും അരിപ്പൊടികുഴക്ക്ന്ന് ചങ്ങാതികള്
അവിലുമരിപ്പൊടി കുഴക്കാൻ വായെടോ മന്ദപ്പാ
ഒക്കുമെന്റെ ചങ്ങാതികള് പറയുംവാക്ക്
ചങ്ങാതിത്തം മാങ്ങാട്ട്ന്നേ മറന്നിനില്ലേ[53]
നിങ്ങളെനിക്ക് വിഷം[54] തരുവാൻ മടിച്ചവരല്ല
എനിക്ക് നിങ്ങളെ അവിലുമരിപ്പൊടി വേണ്ടായെടോ
മാറാപ്പഴിച്ച് ഇളനീർ എടുത്ത് കഴിച്ചുംകൊണ്ട്
തേങ്ങ കൊടുത്ത് ചുങ്കികളോട് അരിയും വാങ്ങി
ചുങ്കികളോട് വെക്കും പാത്രം വാങ്ങിക്കൊണ്ട്
അന്നവിട വേറെ വെച്ചുണ്ടൊക്ക സുഖം കഴിഞ്ഞു

52 ദളവും (പാ.ഭേ.)
53 മറന്നിനെടോ (പാ.ഭേ.)
54 മരുന്ന്

പിറ്റേന്നാള് വാനുലകം പുലരുന്നേരം
വണ്ണായ്ക്കടവിൽ കിഴിഞ്ഞു കാലും മുഖവും കഴുകി
മൂരിപ്പുറത്ത് പേറെടുത്തിട്ടു[55] ചങ്ങാതികള്
തട്ടിത്തെളിച്ചു നടകൊള്ളുന്ന് ചങ്ങാതികള്.

വണ്ണായ്ക്കടവ് പുഴ ചുങ്കസ്ഥാനം കൈകപ്പോയി
വട്ടക്കയം നാരാം കൊഴുവൽ കൈകപ്പോയി
തൊടുനില വെളിച്ചം അടക്കാംതോട് കൈകപ്പോയി
നെടിയ വീമ്പ് വലിയ വെളിച്ചം കൈകപ്പോയി
മോതിരക്കടവ് ചതുരൻപുഴ കൈകപ്പോയി
ചതുരൻപുഴ ചടങ്ങിൻപൊയില് കൈകപ്പോയി
മുടിയാരങ്ങൾ ചീറ്റംപാറ കൈകപ്പോയി
പൊന്നിടിഞ്ഞമല കാരത്താമളം കൈകപ്പോയി
കാരത്താമളം മാത്താമളം കൈകപ്പോയി
വാമിടാൻ കമലയിൽ അഴകിയ മരുത് കൈകപ്പോയി
അഴകിയ മരുത് വെള്ളോർ മുത്തപ്പൻ കോട്ടംകണ്ടു
മേക്കോട്ടവും കീക്കോട്ടവും കൈകപ്പോയി
കോട്ടത്തും കൊല്ലി കോയിത്താമളം കൈകപ്പോയി
കുയ്യടിതാമളം കോളിയാറ്റേം[56] കയറിനിന്നു
ചെറിയ കാറ്റാടി വലിയ കാറ്റാടിമല കഴിഞ്ഞു
ആനപ്പാറ കൂവത്താമളം കഴികപ്പോയി
ചിങ്ങത്താമളം ചിറ്റിടുമ്പ കഴികപ്പോയി
ചിറ്റിടുമ്പ പേരിടുമ്പ കഴികപ്പോയി
ഇടുമ്പക്കടവ് നിരവിന് കൊണ്ട് ചടങ്ങും മറിച്ചു
അന്നവിട വെച്ചുണ്ടൊക്ക സുഖം കഴിഞ്ഞു.

പിറ്റേന്നാളു വാനുലകം പുലരുന്നേരം
ഇടുമ്പക്കടവിൽ കിഴിഞ്ഞു കാലും മുഖം നനച്ചു ചങ്ങാതികള്
കോണികയഴിച്ചു തേങ്ങയെടുത്തു ചങ്ങാതികള്
മാറാപ്പഴിച്ചു തേങ്ങയെടുത്തു മന്ദപ്പൻ
ഇടുപ്പയിലമ്മക്ക് തേങ്ങയെറിഞ്ഞു അരിപ്പത്തിട്ടു[57]
കൂട വഴിയെ മന്ദപ്പനും തേങ്ങയെറിഞ്ഞു
മൂരിപ്പുറത്ത് ചടങ്ങെടുത്തേറ്റി ചങ്ങാതികള്

തട്ടിത്തെളിച്ചു നടകൊള്ളുന്നു ചങ്ങാതികള്
ഇടുമ്പക്കടവ് പെരുന്തടിനിരവ് കൈകപ്പോയി

---

55 പേറെടുത്തേറ്റി
56 കൂളിയാറ് (പാ.ഭേ.)
57 ആർത്തു

എനന്തട്ടേറ്റം നാട്ട്കല്ലു കൈകപ്പോയി
ചിരത്ത് പിലാവ് ഒരുത്തന കൊത്തിയമല കഴിഞ്ഞു
മേക്കൂർവായി കീക്കൂർവായി മലകഴിഞ്ഞു
കൂർവായേറ്റം മുമ്മടക്കൻ ചോല കഴിഞ്ഞു
മുമ്മടക്കൻ ചോല മൂന്നും കയറി നീർന്നു
വലിയകേറ്റം മരക്കണ്ടിയേറ്റം കയറി നീർന്നു
ചെമ്മണ്ണേറ്റം ചെമ്പൻപാറ കയികപ്പോയി
വട്ടാരങ്ങൾ ചേണിയൻ വീട് കയികപ്പോയി
വായിക്കമ്പ നിരവിന് കൊണ്ട് ചടങ്ങും മറച്ചു.

അപ്പൊഴുതെ പറയുന്നല്ലോ ചങ്ങാതികളും
കേൾപ്പതിണ്ടോ നീയുമെടോ മന്ദപ്പ
ഇത്രനാളും മലനാടെടോ മന്ദപ്പ
ഇനിയല്ലേ കുടകരെ മലയാകുന്നത്
കളിപറയുന്നോ നിങ്ങളെന്റെ ചങ്ങാതികളെ[58]
കളിയല്ല മന്ദപ്പാ, കുടകരെ മലയിതാ കാണുന്നെടോ
കുടകർമലക്കൊത്തിതോര് ചമയംവേണ്ട
കുപ്പായവും തലയിൽക്കെട്ടും വേണ്ടേ നിനക്ക്
തന്റിതോരു മാറാപ്പഴിച്ചു വിരിച്ചും കൊണ്ട്
കുപ്പായവും തലയിൽ കെട്ടും ഉറപ്പിക്ക്ന്ന്
വാഴ്ക പൊലിക വീര്യമുള്ള മാങ്ങാടെനിക്ക്
മറുപിറവിയിലും പോകയില്ല മാങ്ങട്ടെനി
രക്ഷിക്കേണം ചുഴലിഭഗവതി തമ്പുരാട്ടിയമ്മേ
ആണ ചൊല്ലി മാറാപ്പെടുത്തു കെട്ടൂം ചെയ്തു
മാറാപ്പെടുത്ത് ഇടത്തെ ചുമലിലണച്ചുകൊണ്ടു
പടിഞ്ഞാറ് കൊള്ളയല്ലോ ദിശതിരിഞ്ഞു
കണ്ടിനിരവ് കൈതവെളിച്ചം കൈകപ്പോയി
വേട്ടുവൻ ചിറ വൈരിത്താമളം കൈകപ്പോയി.

തൂണിയാറ് കടവ് കടന്നു കയറിക്കൊണ്ട്
ചെലാപുരത്ത് ചുങ്കസ്ഥാനത്ത് പോയിചെല്ലുന്നു
ഉപ്പും പുളിയും പഴുത്തെടുക്കുന്ന്[59] ചങ്ങാതികള്
ഉപ്പും പുളിയും പഴുത്തെടുത്ത് കെട്ടൂം ചെയ്തു
ചേലാപുരത്തരശനോട് വഴിയും കേട്ടു
അത്തികടവ് നരിയന്താറ്റിൽ പുഴകടന്നു
നരിയന്താറ്റിൽ ഭഗവതീനയും കൈതൊഴുതു,

ചെറുപാടകം മുതുപാടവും കൈകപ്പോയി

58 കളിവാക്കോ പറയ്ന്ന് ചങ്ങാതികളെ (പാ.ഭേ.)
59 പകുത്തെടുക്കുന്നു

പാടകരുടെ വയലൂടെ വഴിപോരുമ്പോൾ
പാടകത്തയ്യപ്പനെയും കൈതൊഴുതു
കെട്ടുമണിയും തുടർമണിയും എടുത്തുകെട്ടി
ആലത്തൂര് നാട്ടൂടേ വഴിപോരുമ്പോൾ
അരിവില വാക്ക് ചോദിക്കന്ന് ചങ്ങാതികള്
അരിവില വാക്ക് ചോദിക്കന്ന ചങ്ങാതികളെ
വെള്ളാകുളത്ത് വയലിൽ നമ്മൾ ആകട്ടേടോ
വഞ്ചൻ വന്നി വളർവന്നി വലത്തൊഴിച്ചു
സൂര്യർ നാട് വസുവരമല ഇടത്തൊഴിച്ചു
വെള്ളാകുളത്ത് വയലിൽകൊണ്ട് ചടങ്ങും മറിച്ചു
ചടങ്ങും മറിച്ചു നിരകൂടീനവർ ചങ്ങതികളും
കേൾപ്പതിണ്ടോ നിങ്ങളെന്റെ ചങ്ങാതികളെ
എനിക്ക് പാരം ദാഹിക്കുന്ന് ചങ്ങാതികളെ
വന്താർ മുടി പുഴയിലതാ വെള്ളമെടോ
ഒക്കുമെന്റെ ചങ്ങാതികള് പറയും വാക്ക്
ആർക്കാൻ വേണ്ട്[60] കാലികലക്കിയ വെള്ളമെടോ
ഒരുവണ്ണമാകൂലും കതുവനൂർക്കെത്തിയാൽ കുടിക്കാം വെള്ളം
വലമേ തിരിഞ്ഞു വന്താർമുടി പുഴ കടന്നു.

കണ്ടാരല്ലോ കതുവനൂരെ ബാലവർഗ്ഗത്തെ
പുല്ലിനും കോല്ക്കും പോകുന്നോര് ബാലവർഗ്ഗേ
കതുവനൂർക്ക് പോകാനെനിക്കൊരു വഴിചൊല്ലേണം
അതിനൊരു കുറവുണ്ടെടോ മലയാള
എടേമ തിരിഞ്ഞാൽ എള്ളെരിഞ്ഞി നാടെടോ മലയാള
വലമേ തിരിഞ്ഞാൽ കതുവനൂർക്ക് പോകാം നിണക്ക്
കാണുന്നതാ കതുവനൂരെ ഊരമ്പലം.
കടുക നടന്ന് ഊരമ്പലത്തിൽ ചെല്ലുന്നേരം
തക്ക്[61] പറഞ്ഞ് ഇരിക്കുന്നോര് തക്കരവിട
കേൾപ്പതിണ്ടോ നിങ്ങളെന്റെ തക്കമ്മാരേ
കതുവനൂർക്ക് പോകാനെനിക്കൊരു വഴി ചൊല്ലേണം
അതിനൊരു കുറവുണ്ടെടോ മലയാള
ആളേറ കുത്തുന്നൊരു കാളയുണ്ടവിട
മരമേറി കടിക്കുന്നോരു നായി[62]യുണ്ടവിട
കാളയ്ക്കും നായിക്കും കോലൊന്നേ വേണ്ടൂ
പണ്ടേ ഒക്കും മലയാളർ പറയും വാക്കും

തട്ടിന് മുട്ട് തടിമുട്ടേ അവർ പറകയുള്ളു
തക്ക് പറഞ്ഞ് തക്കരയവിട ഉറപ്പിക്കന്ന്.

60 ആർക്കുവേണം (പാ.ഭേ.)

61 കുടകുഭാഷ

62 നായ

പടിഞ്ഞാറെ[63] തൊടുവയലിലൂടെ വഴിപോരുമ്പോൾ
കണ്ടാരല്ലോ കതുവനൂരെ കാളമ്മന
കേൾപ്പിതിണ്ടോ നിങ്ങളെന്റെ കാളമ്മായേ
കതുവനൂർക്ക് പോകാനെനിക്കൊരു വഴി ചൊല്ലേണം
അങ്ങെവിടന്ന് വരികയിങ്ങ് നീ മലയാള
ഇങ്ങെവിടേക്ക് വഴി പോവാനായിതിലേ പോന്ന്
വരുന്നത് ഞാൻ മാങ്ങാട്ടന്ന് കാളമ്മായേ
ഇങ്ങൊരിക്കൽ കതുവനൂർക്ക് പോകണമെനിക്ക്
കതുവനൂർണ്ടെനിക്ക് ഒരു നേരമ്മോമൻ
കതുവനൂരെ കക്കോണിയല്ലെ ഈ കാണുന്നത്
അവിടെച്ചെന്നാൽ എന്തുപേർ ചൊല്ലിവിളിക്കേണ്ടൂ ഞാൻ
കതുവനൂരമ്മേ നേരമ്മോമാ എന്നു വിളിച്ചുകൊൾക നീ
കഞ്ഞി കുടിച്ചുപോകാം നിണക്ക് മലയാള
കഞ്ഞികുടിച്ച് പോകാനിപ്പോൾ അവസരമില്ല
കാളമ്മനോട് ദാഹിച്ച തണ്ണീർ വാങ്ങി കുടിച്ചും കൊണ്ട്
കതുവനൂരേ കാളമ്മനോട് വിടയുംകൊണ്ടു

കടുക നടന്നു കതുവനൂർക്ക് പോയിച്ചെന്നു
കക്കോണി[64] കയറി കപ്പാലക്കൊരു വിളികൊടുത്തു
ഒന്നുവിളിച്ചു രണ്ടാമത്തെ വിളിയും കേട്ടു
കപ്പാല തുറന്ന് നായീനത്തടുത്തു കതുവനൂരമ്മ
കാലുകഴുകാൻ ചെമ്പ് ചരക്കിൽ നീരും കൊടുത്തു
കാലും കഴുകി ഇളമരത്തിന്മേൽ ചെന്നിരുന്നു
പിടി നിറഞ്ഞ പാവൊടു പഴുക്ക കൊടുത്തവന്
വെറ്റില തിന്നു രസമുള്ള വാർത്ത സുഖം
പറയുമ്പോൾ
അപ്പൊഴും ചോദിക്കുന്നല്ലോ കതുവനൂരമ്മ
അങ്ങെവിടുന്ന് വരികയിണ്ട് നീ മലയാള
ഇങ്ങെവിടേക്ക് വഴി പോവാനായി ഇതിലേ വന്നു
വരുന്നത് ഞാൻ മാങ്ങാട്ട്ന്ന് കതുവനൂരമ്മേ
മലയാളദേശമെനിക്ക് മാങ്ങാടാണ്[65]

മാങ്ങാട്ട് കുമാരച്ചനെന്റെ തമ്മപ്പൻ[66]
പരക്കയില്ലത്ത് ചക്കിയെന്നവരെന്റെ തമ്മരവിയമ്മ[67]

63 കതുവനൂരെ (പാ.ഭേ.)
64 കല്ലുകൊണ്ടുള്ള കോവണി
65 മാങ്ങാട്ട് ദേശമെനിക്ക് മലനാടാണ് (പാ.ഭേ.)
66 സ്വപിതാവ് (അച്ഛൻ)
67 പെറ്റമ്മ

പരക്കയില്ലത്ത്[68] മന്ദനെന്റെ ഇല്ലപ്പേര്
തമ്പുരാട്ടി ചുഴലിഭഗവതീരെ അകത്തടിയാൻ[69] ഞാൻ
കതുവനൂര് ഇണ്ടെനിക്കൊരു നേരമ്മോമൻ
ചാർച്ച പരിശം[70] ചേർച്ച കേട്ടു ഞാനും പോന്നു
നേരമ്മോമൻ എവിടപ്പോയിനി[71] കതുവനൂരമ്മേ
ചന്തവാണിഭം ചെയ്യാൻ പോയിന് മന്ദപ്പ.
കേട്ട് കേട്ട് നേരമ്മോനും പോന്നുവന്നു
മാറാൽത്തഴുകി തോളാൽ[72] ചേർത്തു എടുത്തു അവന
പിറന്നുവളർന്നി[73]ട്ടുണ്ടായെനിക്കൊരു നേർ മരുമകൻ
ഉണ്ടാകട്ടെ മന്ദപ്പന് പാലും ചോറും
അതിനൊരു കുറവുണ്ടെന്റെ നേരമ്മോമ
എന്റെ കൂട ചങ്ങാതികളും പോന്നിട്ടുണ്ട്
വെള്ളാകുളത്ത് വയലിലവർക്ക് പട്ടിണിയാണ്
ഒരു തെരപ്പുല്ലും ഒരു കൊള്ളി തീയും തന്നാലെടോ.
വന്ന കണക്കെ പോകുന്നോ നീ മന്ദപ്പാ
വന്ന കണക്കെ പോകയില്ല ഞാൻ നേരമ്മോമ
കുടകർമലക്കൊത്തിതോരു സത്യം തരണം
കൊണ്ടുവരിക പൊന്നും വിളക്കും തളികയിലരിയും[74]
പൊഴുതാലെ തളികയിലരിയും വിളക്കുംവെച്ചു
പൊന്നാണ വിളക്കാണ പാലന്നത്താണ
കതുവനൂര് നേരമ്മോമന്റെ പാദത്താണ വരുവൻ ഞാനേ
സത്യം ചെയ്തു പുല്ലും തീയും വാങ്ങിക്കൊണ്ട്
വെള്ളാകുളത്ത് വയലിലവർക്ക് കൊണ്ട് കൊടുത്തു
വളരവെച്ചു വെയിപ്പൂനെന്റെ ചങ്ങാതികളെ
നിങ്ങളെന്ന[75] പല നിലയിലും ചതിച്ചവരാണ്
നിങ്ങള ഞാൻ ഒരു നിലയിലും ചതിക്കയില്ല
മലനാട്ടിന് പോരുന്നല്ലേ മന്ദപ്പാ
ഈയൊരു യാത്ര നിങ്ങൾ പോയി വരുവേ വേണ്ടൂ
എനിയൊരു യാത്ര വന്നാലെ ഞാൻ പോരുന്നുള്ളു
മന്ദപ്പന് വന്ന ദിക്കിൽ[76] ചോറുറച്ചു

68 പരീക്കുലത്ത് (പാ.ഭേ.)
69 ദാസൻ
70 പരിചയം
71 പോയിരുന്നു
72 തോള്-കക്ഷം
73 നേർന്നു പാടീ...(പാ.ഭേ.)
74 പാലും അരിയും (പാ.ഭേ.)
75 എന്നെ (എകാരത്തിനു പകരം അകാരം)
76 വന്നെടുത്തും (പാ.ഭേ.)

ഭാഗ്യം ചെല്ലി പിശകല്ലുനും[77] ചങ്ങാതികളെ
കടുക നടന്നു കതുവനൂർക്ക് വഴിയും ചാഞ്ഞു.

ചോറും വിളമ്പീട്ടിരിക്കുന്നല്ലോ കതുവനൂരമ്മ
കയ്യും കഴുകി പടിഞ്ഞാറ്റകത്ത് ചെന്നിരുന്നു
പാലും ചോറും വയർ നിറവോളം ഊൺ കഴിഞ്ഞു
അങ്ങിനെയവിട പല ചില ദിവസം നാൾ കഴിയുമ്പോൾ
അപ്പൊഴും ചോദിക്കുന്നല്ലോ മന്ദപ്പൻ
കേൾപ്പതിണ്ടോ നിങ്ങളെന്റെ നേരമ്മോമ
ഈ കാണുന്നെ തൊടുവാ നിലമങ്ങാർക്കുള്ളത്
മേൽത്തൊടുക[78] കീത്തൊടുക നമ്മൾക്കുള്ളത്
അതിന്നങ്ങേ തൊടുകയും നമ്മൾക്കുള്ളത്
അന്നുണ്ണി ഫലത്തിനൊരു സ്ഥലം പോരുമല്ലോ
അപ്പൊഴും പറയുന്നല്ലോ നേരമ്മോമൻ
മകനും മരുമകനും അനന്തരം[79] പഴുത്തു[80]
കൊടുക്കുന്നു ഞാൻ
പാതിപ്പറമ്പും പടിഞ്ഞാറ്റയും മന്ദപ്പന്
പാതിപ്പറമ്പും വടക്കിനിയും അണ്ണുക്കന്
സ്ഥാനത്തു കൊട്ടിലും എരുതാലയും ഇരുവര് കണ്ടും കോട്ടെ
മകനും മരുമകനും അനന്തരം പഴുത്ത് കൊടുത്തും കൊണ്ട്
എടുത്തുകൊടുത്തു കൂന്താലിയും വായിക്കോട്ടും[81]
കുന്നെല്ലാം ചില കൊഴുവലായും കിളച്ചു നിരത്തി[82]
പാറയെല്ലാം ചില ചേറായിട്ടും കിളച്ചൊപ്പിച്ചു
മുമ്പിൽ കൊണ്ടു വെച്ചാനവനൊരു ഊൺകദളി
പിന്നെക്കൊണ്ടു വച്ചാനവനൊരു തേൻകദളിവാഴ[83]
വാഴ കോഴ ചീരവൈനി[84] നട്ടുണ്ടാക്കി
അന്നുണ്ണി ഫലങ്ങളെല്ലാം നട്ടുണ്ടാക്കി.
അപ്പൊഴും പറയുന്നല്ലോ മുത്താർമുടി കുടകരപ്പോൾ[85]
മലനാട്ട്ന്നൊരു മലയാൻ ചേകോൻ പോന്നുവന്നിറ്റ്
നേരമ്മോമന്റെ നിലയും ഫലവും കുളിർശ്ശിനില്ലിവിട

77 പിശകല്ലയെന്റെ (പാ.ഭേ.)
78 വേലി വളച്ചു കെട്ടിയ തോട്ടം
79 അനന്തരാവകാശം
80 പകുത്ത് (ഭാഗിച്ച്)
81 വായവിസ്താരമുള്ള തൂമ്പ (മൺവെട്ടി)
82 കിളച്ചുമറിച്ചു (പാ.ഭേ.)
83 ചെങ്കദളി
84 വഴുതിനങ്ങ
85 കതുവനൂരെ കുടകരപ്പോൾ (പാ.ഭേ.)

അങ്ങിനെയവിട പല ചില ദിവസം നാൾ
കഴിയുമ്പോൾ
അപ്പൊഴും പറയുന്നല്ലോ കതുവനൂരമ്മ
എള്ളാട്ടി[86] ക്കൺകാണണ്ടെ മന്ദപ്പാ
കൈമുതൽക്ക് പണമില്ലെന്റെ കതുവനൂരമ്മേ
കതുവനൂരമ്മയോട് പത്തുപണവും വാങ്ങിക്കൊണ്ട്
ആര്യഞ്ചേരിക്കമിണ്ടരുടെ വീട്ടിൽച്ചെന്നു
പത്ത് പണത്തിനെള്ളും അവിട ഉറപ്പിക്ക്ന്ന്
പോരുന്നേരം ഒരു ചുമടെള്ള് കെട്ടിക്കൊണ്ട്
കതുവനൂരെ കൊട്ടുംപുറത്ത് കൊണ്ടെള്ള് ചെരിഞ്ഞു
എള്ളിന്റിതോരു ചേരും പതിയും തിരിച്ചെടുത്തു
എള്ള് പൊതിർത്ത്[87] കൂട്ടുന്നല്ലോ കുതവനൂരമ്മ
സ്ഥാനത്ത് കൊട്ടിൽ അടിച്ചുതളിച്ചൊരു ദീപം വെച്ചു
എള്ളുകൊണ്ട് ചക്കിൽ ചെരിഞ്ഞു കതുവനൂരമ്മ
നേരമ്മോമന്റെ എരുതാൽ രണ്ടിന[88] പൂട്ടിക്കെട്ടി
തട്ടിത്തെളിച്ചേതാനും വലംപോരുമ്പോൾ
വളര വെച്ച് വലിയുന്നല്ലോ വലിയെണ്ണ
മുത്ത് പോലെ പൊടിയുന്നല്ലോ ചെറിയെണ്ണ[89]
പാടക്കുടത്തിലും തൂത്തിക[90]യിലും പകർന്നുകെട്ടി[91]
പാലും ചോറും വയർ നിറവോളം ഊൺ കഴിഞ്ഞു[92]
എണ്ണമാറ്റി വരട്ട് ഞാനെന്റെ കതുവനൂരമ്മേ
എണ്ണമാറി പണവുംകൊണ്ട് പോരുകേ വേണ്ടൂ
ആറുനാട്ടിൽ നൂറൊക്കൽ[93] പോയെണ്ണ മാറി
കുര്യങ്കേരി നാട്ടിലും പോയെണ്ണ മാറി
പട്ടണത്തു ചന്തയിലും പോയെണ്ണ മാറി
വീരരാജൻ പേട്ടക്കും പോയി എണ്ണ മാറി
കുടകർ മല പന്ത്രണ്ട് കൊമ്പിനും പോയി എണ്ണ മാറി

എണ്ണ മാറി പണവുംകൊണ്ട് പോരുന്നേരം
കണ്ടാരല്ലോ കതുവന്നൂറെ ചങ്ങാതികള്
നിങ്ങളെല്ലാം എവിടപ്പോന്ന് ചങ്ങാതികളെ
കേൾപ്പതിണ്ടോ നീയുമെടോ മന്ദപ്പാ

നീയുമെന്നു മറിഞ്ഞിട്ടില്ലെ മന്ദപ്പാ

---

86 എള്ളോടി (പാ.ഭേ.)
87 വെള്ളത്തിൽ കുതിർത്ത്
88 എരുതു (കാള)കളിൽ രണ്ടിനെ
89 തണ്ണീർപോലെ തെളിയുന്നല്ലോ ചെറിയെണ്ണ (പാ.ഭേ.)
90 തോല്പാത്രം; വലിയ എണ്ണപ്പാത്രം
91 എണ്ണ കോരി പാടകത്തിൽ നിറച്ചുകെട്ടി (പാ.ഭേ.)
92 കതുവനൂരമ്മയോട് പാലും ചോറും വാങ്ങിക്കുടിച്ചു (പാ.ഭേ.)
93 നൂറ് പക്കൽ (വശത്ത്, അടുക്കൽ)

മുത്താർമുടി കുടകരെ പടയല്ലേ മുതിരുന്നത്
പടയ്ക്കു വേണ്ടുന്ന അഞ്ചായുധം വേണ്ടേ നിണക്ക്
മടങ്ങി രണ്ടാമത് പട്ടണത്ത് ചന്തയിൽ ചെന്നു
അഞ്ചുകെട്ടമ്പ് അരക്കൻവില്ലും വാങ്ങിക്കൊണ്ട്
ചേളക്കത്തി ചെറുപ്പലിശകൊണ്ടുറച്ചു
ആരിയൻവാള് വർണ്ണപ്പലിശ[94] വാങ്ങിക്കൊണ്ട്
പടയ്ക്കു വേണ്ടുന്ന അഞ്ചായുധം വാങ്ങിക്കെട്ടി

വേളാർ കോട്ട് പുഴയരികെ വഴിപോകുമ്പോൾ
കൂവ(ൽ)ക്കരക്ക് നീർ കിഴിഞ്ഞിനവര് ചെമ്മരത്തി
കൂവക്കരക്ക് നീർ കിഴിഞ്ഞൊരു ചെമ്മരത്തി
ദാഹിക്കുന്നതിന് തണ്ണീർ തരുമോ ചെമ്മരത്തി
ആരാന്നുണ്ടോ[95] പെരുവഴിക്ക് തണ്ണീർ വെച്ചിട്ട്
വീട്ടിലേ വന്നാൽ വെള്ളം കുടിച്ച് പോകാം നിണക്ക്
ഇരുവരും കൂട വേളാർകോട്ട് വീട്ടിൽ ചെന്നു
കാലുകഴുകാൻ ചെമ്പ് ചെരക്കിൽ[96] നീർ കൊടുത്തു
കാലും കഴുകീട്ടിളമരത്തിന്മേൽ ചെന്നിരുന്നു
പിടിനിറന്ന പാവൊടു പഴുക്ക കൊടുത്തവന്
വെറ്റില തിന്ന് രസമുള്ള വാർത്ത സുഖം
പറയുമ്പോൾ
അപ്പൊഴും ചോദിക്കുന്നല്ലോ മന്ദപ്പൻ
കേൾപ്പതിണ്ടോ നീയുമെടോ ചെമ്മരത്തി
പച്ചോടക്കാരാരാനും പരിശോ[97]നിണക്ക് ചെമ്മരത്തി
പച്ചോടത്തിനോ[98] കൈമുതലിനോ വാഴ്വാളോ നീ
വാഴുന്നെങ്കിൽ പച്ചോടത്തിനേ വാഴുന്നുള്ളു
ഞാനൊരുത്തന്റെ കൈമുതലിന് വാഴ്വോളല്ല.

ഇന്നെത്തിടങ്ങി നിന്റെ വീടെനിക്കൊരു ഊൺവീടാട്ടെ
ചെമ്മരത്തിയോട് ദാഹിച്ച തണ്ണീർ വാങ്ങിക്കുടിച്ചു
കൈനില[99] കുറിച്ച കതുവനൂർക്ക് പോയിച്ചെന്നു
കതുവനൂരെ പടിഞ്ഞാറ്റയിൽ കൊണ്ടായുധംവെച്ചു
കാണം[100]കൊണ്ട് നേരമ്മോന്റെ കൈയിൽ കൊടുത്തു

കാണം കണ്ട് കൺ കുളിർക്കുന്നു നേരമ്മോന്
കാണം വാങ്ങി കണക്ക് കൂട്ടന്ന് നേരമ്മോമൻ

94 കാവിപ്പലിശ (പാ.ഭേ.)
95 മറ്റൊരാൾക്ക് (അന്യന്)
96 വലിയ പാത്രം (ചരക്ക്)
97 പരിശം=പരിയം (വധുവിനു വേണ്ടി കൊടുക്കുന്ന തുക)
98 ഇണപ്പുടവ
99 വീട് (താവളം)
100 വില, നാണയം

പത്തിന് പതിനാറായിട്ട് ലാഭം തോന്നി
കാര്യത്തിന്ന് പോരും നമ്മളെ മന്ദപ്പൻ
മന്ദപ്പന ഒരു നിലയിലും വിഷമിപ്പിക്കരുത്
പാലും ചോറും വയർ നിറവോളം ഊൺ കഴിച്ചു

അങ്ങിനെയവിട പല ചില ദിവസം നാൾ
കഴിയുമ്പോൾ
അപ്പോഴും ചോദിക്കുന്ന കതുവനൂരമ്മ
കേൾപ്പതിണ്ടോ നീയുമെടോ മന്ദപ്പാ
കാലവും പ്രായവും തൊപ്പൻ കെട്ടാലെടോ[101]
തനിക്കൊത്തിതോരു ഊൺവീട് കൈനില
വേറേ വേണ്ടേ
കൊടുമല പന്ത്രണ്ട് കൊമ്പും നീ തെണ്ടിയവനല്ലേ
കണ്ടിട്ടുണ്ടോ നീയെങ്ങാനും മന്ദപ്പാ
കണ്ടിട്ടുണ്ട് ഞാൻ വേളാർ കോട്ട് ചെമ്മരത്തീന
ഇത്രയെല്ലാം ഒക്കലും വസിപ്പും ഇങ്ങിരിക്കെ
വേളാർകോട്ടു ചെമ്മരത്തീനയോ നീ കണ്ടതെടോ.

കൈനില കുറിച്ച് ഞാൻ വന്നിനി കതുവനൂരമ്മേ
എന്നാലതിന് കാലം നേരം വഴിക്ക[102]വേണ്ട
പത്തു പണവും പച്ചോടവും കൊണ്ടുറച്ചു
ആരെല്ലാമാണിന്ന് വേളാർ കോട്ടിന് പോകുന്നത്
അണ്ണുക്കനും കുമരപ്പനും യോഗിയാനും
കതുവനൂരമ്മയും നേരമ്മോനും മന്ദപ്പനും
അറുവരും കൂട വേളാർകോട്ട പുഴ കടന്നു
കക്കോണി കയറി കപ്പാലക്കൊരു വിളികൊടുത്തു
കപ്പാല തുറന്നു നായീനത്തടുത്തു ചെമ്മരത്തി
കാലുകഴുകാൻ ചെമ്പുചെരക്കിൽ നീരു കൊടുത്തു
പിടി നിറഞ്ഞ പാവൊടു പഴുക്ക കൊടുത്തു അവർക്ക്
വെറ്റില തിന്നു രസമുള്ള വാർത്ത സുഖം പറയുമ്പോൾ
അപ്പഴുടനെ പറയുന്ന് വേളാർകോട്ടെ തണ്ടയാൻ
നിങ്ങളെല്ലാവരും എന്തിനായിട്ടീലേ[103] പോന്നു
നിങ്ങളെന്നും[104] അറിഞ്ഞിട്ടില്ലേ തണ്ടയാനേ

വേളാർകോട്ട് തണ്ടയാന്റെ നേർമരുമകൾ ചെമ്മരത്തിക്ക്
കതുവനൂര് നേരമ്മോന്റെ നേർ മരുമകൻ മന്ദപ്പൻ

101 നിന്റതോരു പ്രായവും കാലവും വന്നാലെടോ (പാ.ഭേ.)
102 വൈകിക്കുക (താമസിപ്പിക്കുക)
103 ഇതിലേ
104 ഇനിയും

പച്ചോടം പരിശം ചെയ്‌വാൻ പോന്നിനി ഞാങ്ങൾ
എന്നാലതിനു കാലം നേരം വഴിക്കുകവേണ്ട.

വേളാർകോട്ട് പടിഞ്ഞാറ്റകം അടിച്ചുതെളിച്ചു
പൊഴുതാലെ തളികയിലരിയും ദീപം വെച്ചു
രണ്ടേ രണ്ട് ആമേണപ്പലക[105]യെടുത്തു വെച്ചു
മന്ദപ്പനയും ചെമ്മരത്തീനയും വിളിച്ചിരുത്തി
വേളാർ കോട്ട് തണ്ടയാനോട് അനുവദിച്ചു[106]
പത്തുപണവും പച്ചോടവും പരിശം ചെയ്തു
അന്നവിട മങ്ങലമായി സുഖം കഴിഞ്ഞു.

പിറ്റന്നാൾ വാനുലകം പുലരുന്നേരം
ചെമ്മരത്തീന വേറെ വിളിച്ചു കതുവനൂരമ്മ
കേൾപ്പതിണ്ടോ നീ മകളേ ചെമ്മരത്തി
പെറ്റിട്ടെനിക്ക് പത്തും പലതു മക്കളില്ല
പെറ്റകണക്കെ പോറ്റീന് ഞാനെന്റെ മന്ദപ്പന
മലനാട്ടിലെങ്ങാനുള്ളവനാണെന്റെ മന്ദപ്പൻ
അരിശം പാരം കൊടിയവനാന്ന് മന്ദപ്പൻ
പൈച്ചാലവന്ന്[107] പൈദാഹമൊട്ടും പൊറുത്തുംകൂട
പാലിനു വരുമ്പം പാല് കൊടുക്കണം മന്ദപ്പന്
ചോറ്റിന് വരുമ്പം ചോറ് കൊടുക്കണം മന്ദപ്പന്
വീട്ടിൽ കലഹം ഭാവിക്കല്ല ചെമ്മരത്തി
ഇത്രനാളും ഞാൻ പോറ്റിയെന്റെ മന്ദപ്പന
ഇന്ന് തിടങ്ങി നിന്റെ പക്കൽ സമ്മതിച്ചു
വിധിച്ചതുകണക്കെ ആകട്ടെന്റെ കതുവനൂരമ്മേ
മന്ദപ്പനീം ചെമ്മരത്തീനീം വീട്ടിൽ കുടിയും കൂട്ടി
അവരെല്ലാവരും കതുവനൂര്ക്ക് വഴിയും ചാഞ്ഞു[108]

തന്റെ ആയുധം തന്റെ അരികത്ത് വേണമെന്നിട്ടോ
കൂട വഴിയെ മന്ദപ്പനും പുഴ കടന്നു
കതുവനൂരെ പടിഞ്ഞാറ്റയിൽ നിന്നായുധമെടുത്തു
വേളാർകോട്ടെ പടിഞ്ഞാറ്റയിൽ കൊണ്ടായുധം വെച്ചു
അങ്ങിനെയവിട പല ചില ദിവസം നാൾ കഴിയുമ്പോൾ

അപ്പഴും പറയുന്നല്ലോ ചെമ്മരത്തി
ഒരു നാട്ടിൽനിന്നൊരു നാട്ടിലെക്കൊരുത്തൻവന്നാൽ

---

105 ആവണപ്പലക

106 നിങ്ങളെല്ലാവരുടെ അറിവും ഞറിവും വാക്കും മനസ്സാൽ (പാ.ഭേ.)

107 പശിച്ചാൽ (വിശന്നാൽ)

108 വേളാർകോട്ട പുഴ കടന്നു (പാ.ഭേ.)

അവരയിതോരു പണിയും തുരവും കാണണമെനിക്ക്
ഒരുകണയാട്ടാൻ എള്ളിവിട വന്നതിണ്ട്
എള്ളും പൊതിർത്ത് കൂട്ടുന്നല്ലോ ചെമ്മരത്തി
സ്ഥാനത്തുകൊട്ടിൽ അടിച്ചുതെളിച്ചൊരു ദീപം വെച്ചു
എള്ളുകൊണ്ട് ചക്കിൽ ചെരിഞ്ഞു ചെമ്മരത്തി
തണ്ടയാന്റെ എരുതാൽ രണ്ടിന[109] പൂട്ടിക്കെട്ടി
തട്ടിത്തെളിച്ചിട്ടേതാനും വലം വരുമ്പോൾ
വളരെ വെച്ചു വലിയുന്നല്ലോ വലിയെണ്ണ
മുത്തുപോലെ പൊടിയുന്നല്ലോ ചെറിയെണ്ണ[110]
പാടകത്തിലും തുത്തികയിലും പകർന്നുകെട്ടി
എണ്ണ മാറി വരട്ട് ഞാനെന്റെ ചെമ്മരത്തി
എണ്ണയും മാറിപ്പണവുംകൊണ്ട് വരികേ വേണ്ടു
ചെമ്മരത്തിയോട് പാലും ചോറും വാങ്ങിക്കഴിച്ചു[111]
ആറുനാട്ടിൽ നൂറക്കൽ പോയെണ്ണ മാറി
കുയ്യങ്കേരി നാട്ടിലും പോയെണ്ണ മാറി
വീരരാജൻ പേട്ടയ്ക്കും പോയെണ്ണ മാറി
കൊടുമല പന്ത്രണ്ടു കൊമ്പിനും പോയെണ്ണ മാറി.

എണ്ണമാറി പണവും കൊണ്ട് പോരുന്നേരം
അന്നവിട സന്ധ്യപെട്ട സമയമായി
കുടകരുടെ വയ്യാല[112]യിൽ പട്ടിണി കിടന്നു.
പിറ്റന്നാൾ വാനുലോകം പുലരുന്നേരം[113]
വേളാർകോട്ട് കപ്പാലക്കൊരു വിളികൊടുത്തു
കപ്പാല തുറ കപ്പാല തുറ ചെമ്മരത്തി[114]
കപ്പാല തുറക്കില്ല നായീന തടുക്കയില്ല മന്ദപ്പാ
അപ്പൊഴും ചോദിക്കുന്നല്ലോ ചെമ്മരത്തി
ഇന്നലെ ഏതൊരു മേതരെ പള്ളി പുലന്നിനെടോ[115]
ഇന്നലെ ഏതൊരു മേതത്തിവെച്ചു വിളമ്പി നിണക്ക്
മേതരപള്ളി പുലയറ ചാള ഞാനറികയില്ല ചെമ്മരത്തി
വേളാർ കോട്ട് പടിഞ്ഞാറ്റകമേ എനിക്കറിയുള്ളൂ.
കപ്പാല തുറക്കയില്ല നായീന തടുക്കയില്ല മന്ദപ്പാ.

---

109 എരുതുകളിൽ രണ്ടിനെ

110 തണ്ണീർപോലെ തെളിയുന്നല്ലോ ചെറിയെണ്ണ (പാ.ഭേ.)

111 പാലും ചോറും വയർ നിറവോളം ഊൺ കഴിഞ്ഞു (പാ.ഭേ.)

112 വഴിയമ്പലം (എരുതാല-എന്ന് പാ.ഭേ.)

113 പുലരുവാനൊരു ഏഴരനാഴിക രാവുള്ളപ്പോൾ (പാ.ഭേ.)

114 കപ്പാല തുറക്ക് നായീനത്തടുക്ക് ചെമ്മരത്തി (പാ.ഭേ.)

115 പുലർന്നിനെടോ

അരിശം പാരം ജനിക്കുന്നല്ലോ മന്ദപ്പനി
അരിശപ്പെട്ടു കപ്പാലക്കൊരു ചവിട്ടുകൊടുത്തു
കപ്പാലയും ചവിട്ടിപ്പൊളിച്ചകത്ത് കടന്നു
കയ്യും കഴുകി പടിഞ്ഞാറ്റകത്ത് ചെന്നിരുന്നു
പാലുതായേ ചോറുതായേ ചെമ്മരത്തി
പാലിനു പകരം ഉതിരം വെട്ടികുടിച്ചും കോളെ[116]
ചോറ്റിനു പകരം തലച്ചോറെടുത്തുണ്ടും കോളേ
വിശക്കുന്നേരം കളിപറയല്ല ചെമ്മരത്തി
ചാണോക്കയ്യും [117]കഴുകാതെ അവൾ അകത്തുകടന്നു
ഇട്ടെറിഞ്ഞിട്ടിരുന്നാവുരി അരിയും വെച്ചു[118]
അരിവെച്ചാലൊരു കറിവെക്കണ്ടേ ചെമ്മരത്തി
നിന്നെത്തറിച്ചോ മുറിച്ചോ ഞാൻ കറിവെക്കണ്ടത്
ആളറുത്തു[119] നരമാംസം തിന്നാറുണ്ടോ ചെമ്മരത്തി
തന്നെ താൻതന്നെ തിന്നാറുണ്ടോ ചെമ്മരത്തി
വിശക്കുന്നേരം കളിപറയല്ല ചെമ്മരത്തി
താലവും തളിക പൊടിമയക്കി ചെമ്മരത്തി
പൂപ്പോലെ ചോറ് പൊൻപോലെ നാൽകറി വിളമ്പി
ചോറും വിളമ്പി കൈയരികെ നിലനിന്നാനവളും
കലർന്നു പിടിച്ചിട്ടൂൺ കഴിവാനായിട്ട് മുതിരുന്നേരം
ഒന്നാമതു ഊണിന്നു കൈനില കൂടുന്നേരം
കല്ലും നെല്ലും തലനാരും കണ്ടവിട വെച്ചു
രണ്ടാമതു ഊണിന് കൈനില കൂടുന്നേരം
ഉരുളച്ചോറ് ഒത്ത നടുവെ മുറിഞ്ഞും പോയി[120]
അന്നം മുറിഞ്ഞാലെന്തടയാളം ചെമ്മരത്തി
അന്നം മുറിഞ്ഞാലായിസ്സിന്നൊരു മുറികേടാണ്
നിന്റെ ആയുസ്സ് മുറിഞ്ഞുപോകൂലും കുറ്റമില്ല.
മൂന്നാമത് ഊണിന്ന് കൈനില കൂടുന്നേരം
കേട്ടുവല്ലോ വാനവർ ദാനവർ പടവിളിയപ്പോൾ
ഊൺ മുമ്പിന്ന് പടവിളികേട്ടാലെന്തടയാളം
ചെമ്മരത്തി
തൻ തല പൊട്ടിയുതിരം കാണും മന്ദപ്പാ
പടവിളി കേട്ടാൽ ചോറുണ്ണുന്നത് യോഗ്യമല്ല
ആണുങ്ങൾക്കഴിഞ്ഞിതോരഭിമാന്യമല്ല[121]

116 കുടിച്ചുകൊള്ളുക
117 ചാണകം പൂരണ്ട കൈ
118 വെറുത്തരിശപ്പെട്ടു ഇരുന്നാവുരി അരിയും വെച്ചു (പാ.ഭേ.)
119 ആളെറച്ചി (പാ.ഭേ.)
120 ചോറുരള ഒത്ത നടുവെ ഖണ്ഡംപോയി (പാ.ഭേ.)
121 യോജിച്ചൊരു അഭിമാനമല്ല

ചോറും തളിക ഊൺ കയ്യാലെ തട്ടും ചെയ്തു
കയ്യും കഴുകി ഇളമരത്തിന്മേൽ[122] ചെന്നിരുന്നു
എല്ലല്ലാ ചങ്ങാതികളും പോയൊഴിഞ്ഞു[123]
എന്റെ കൂട പോരുവാനൊരു ചങ്ങാതിയില്ല
അപ്പോൾ പോന്നാൻ എമ്മനും മേതനും വെള്ളാളനും[124]
വേളാർകോട്ട് വീട്ടിൻ തായലേ വഴിപോകുമ്പോൾ
പട കാണ്മാൻ പോരുന്നോ നീ മന്ദപ്പാ
ഞാനും കൂട പോരുന്നെന്റെ ചങ്ങാതികളെ
നിങ്ങളവിട നില്ക്കുവിനും ചങ്ങാതികളെ
ആയുധമെടുത്ത് കിഴിഞ്ഞേക്കട്ട് ചങ്ങാതികളെ[125]
വേളാർകോട്ട് പടിഞ്ഞാറ്റകം തട്ടി തുറന്നു
പടക്കുവേണ്ടുന്ന അഞ്ചായുധം തൊഴുതെടുത്തു
പടിഞ്ഞാറ്റയിൽ നിന്നായുധമെടുത്ത് കിഴിയുന്നേരം[126]
മുമ്മറപ്പടിക്കു മുട്ടി തലയും പൊട്ടി[127]
അവിടെയിരുന്ന് ശകുനം മാറ്റി കിഴിയുന്നേരം[128]
മുറിയെ പാഞ്ഞാൻ അന്നൊരു ചെന്തലയോന്ത്
ചെന്തലയോന്ത് മുറിയേ പാഞ്ഞാൽ എന്തടയാളം
തന്തല വെട്ടി തൻമെയ്യിൽ രുധിരം കാണാം മന്ദപ്പാ[129]
പട കണ്ട് വരട്ട് ഞാനെന്റെ ചെമ്മരത്തി
പട കാണ്മാൻ പോയിതോരു മന്ദപ്പന
കുടകരുടെ കള്ളപ്പടയിൽ കൊത്തിപ്പോട്ടെ[130]
ആറ് മുറിച്ചിട്ടറുപത്താറ്[131] ഖണ്ഡം പോട്ടെ
നൂറി നുറുക്കി നൂറ്റെട്ടേഴ് ചിന്നംപോട്ടെ
നൂറി മുറുക്കി നൂറ്റെട്ടേഴ്
മുണ്ടമ്മലും കൈതമ്മലും നിന്റെ ശവം എറിഞ്ഞും
പോട്ടെ.

നീയല്ല പറഞ്ഞതെടോ ചെമ്മരത്തി
നിന്നക്കൊണ്ട് പറയിച്ചതൊരു ദൈവമാണ് ചെമ്മരത്തി

---

122 മരപ്പടിയിന്മേൽ
123 പോന്നൊഴിഞ്ഞിനി (പാ.ഭേ.)
124 അപ്പോൾ പോന്നാൻ കതുവനൂരെ ചങ്ങാതികളെ (പാ.ഭേ.)
(അപ്പോൾ പോന്നാൻ എള്ളൻ കുടകൻ വെള്ളാളനും)
125 പടക്കുവേണ്ടുന്നായുധം തൊഴുതെടുത്തോട്ടെ (പാ.ഭേ.)
126 വേളാർകോട്ട് പടിഞ്ഞാറ്റകം കരകീയുന്നേരം (പാ.ഭേ.)
127 മുമ്മരപ്പടി തടഞ്ഞ് തലയും മുട്ടി (പാ.ഭേ.)
128 പുറപ്പെടുന്ന് (പാ.ഭേ.)
129 തന്തലവെട്ടി രുധിരം വീഴ്ത്താൻ യോഗം പോരും (പാ.ഭേ.)
130 പട കാണ്മാൻ പോയ നീ വരാതെ പോകട്ടെ മന്ദപ്പാ
കുടകരുടെ കള്ളപ്പടയിൽ നിന്ന കുത്തിപ്പോട്ടെ. (പാ.ഭേ.)
131 അറുപത്തേഴ് (പാ.ഭേ.)

ചങ്ങാതികൾ ജയ്ച്ചുവെങ്കിലോ ഞാനിങ്ങാകട്ട് ചെമ്മരത്തി
മറുതലയ്ക്ക് ജയിച്ചുവെങ്കിലോ ഞാനങ്ങാകട്ടെ ചെമ്മരത്തി
പാറിപ്പറന്നു പടുവളത്തിലേക്ക് പോയിച്ചെന്നു
ആയിരക്കൊമ്പൻ വൈരിക്കീലെ ചെന്നു നിന്നു
വെള്ളക്കച്ചില കെട്ടിയുടുത്തൊരു വാലും വെച്ചു
വെള്ളോട്ടു തൊപ്പി വെളിയൻ ചവരിക തലയ്ക്കണച്ചു
ആരിയ വാള് വർണ്ണപ്പലിശ തൊഴുതെടുത്തു
അമ്പുകെട്ടും അരക്കൻവില്ലും തൊഴുതെടുത്തു[132]
പാറിപ്പറന്നു പടക്കളത്തിലേ പോയിച്ചെന്നു.

അപ്പൊഴും പറയുന്നല്ലോ കുടകരെല്ലാം
മലയാൻ ചേകോൻ മന്ദപ്പൻ പടയിൽ പോന്നിട്ടുണ്ട്
നമ്മളിതൊരു പടയും തൊപ്പൻ തോൽക്കുമിവിട
അപ്പൊഴും പറയുന്ന് കതുവനൂരെ ചങ്ങാതികള്
നമ്മളിതോരു മന്ദപ്പൻ പടയിൽ പോന്നിട്ടിണ്ട്
നമ്മളിതോരു പടയും തൊപ്പൻ ജയിക്കുമെടോ

കുയ്യങ്കേരി നാട്ടിലുള്ളൊരു വെങ്കുടവൻ
വെങ്കുടവനും താനുമായി പട മുതൃന്നു
മാരി പെയ്യുംപോലെ വരുന്നല്ലോ ശരമപ്പോൾ
എല്ലല്ലാ ശരവും ഞാൻ വിൽമറകൊണ്ടു തട്ടിക്കളഞ്ഞു
ഒന്നേക്കൊരു മൗ അമ്പെല്ലെ ശേഷിച്ചുള്ളു[133]
വെങ്കുടവന്റെ മാറും തോളും കൂടിയ ദിക്കിലൊരൈത്ത്
കൊടുത്തു
അമ്പ് ചവിട്ടി പൊരിക്കുന്നല്ലോ[134] കുടകരപ്പോൾ
കൂട്ടവില്ലിട്ടെയ്യണം നമ്മളാ മലയാളന
ഒറ്റ വില്ലിട്ടെയ്യണം നമ്മളാ മലയാളന
ആര്യർ വാള് വർണ്ണപ്പലിശ തൊഴുതെടുത്തു[135]
ചെന്ന വാഴിയെ പത്തും നൂറും കാലു പായിച്ചു
മുണ്ടത്തെരുറിൻ കത്തിപ്പാലം കടക്കപ്പോയി
മീനം കൊല്ലിച്ചാലോളം പട മടക്കി[136]
പടയും മടക്കി പടക്കളത്തിലെ നിന്നാനവനും
വില്പിടിക്കച്ചിലയിൽ ചോര കണ്ടു
ചെറു വിരലും പീഠമോതിരവും കാണ്മാനില്ല.

132 തൂണികയും ശരമെല്ലാം തൊഴുതെടുത്തു (പാ.ഭേ.)
133 ഒന്നേക്കൊന്നൊരു തൂവൽ പോയ ശരമേയുള്ളു (പാ.ഭേ.)
134 പറിക്കുന്നല്ലോ
135 കൂടവളിയെ ചേഴക്കത്തി കുറിപ്പലിശ തൊഴുതെടുത്തു (പാ.ഭേ.)
136 പടപൊരുതി (പാ.ഭേ.)

കേൾപ്പതിണ്ടോ നിങ്ങളെന്റെ ചങ്ങാതികളെ
ഇത്രനാളും പൊരുത്തമുള്ള പേരെനിക്ക്
ഇന്നുതൊട്ടു കൂവ്വനെന്നു വിളിക്കുമെന്നോ
ഞങ്ങളാരും വിളിക്കയില്ല മന്ദപ്പാ
നിങ്ങളാരും വിളിക്കൂലും കോളെനിക്ക്[137]
വേളാർകോട്ട് ചെമ്മരത്തി വിളിക്കുമെന്ന
രണ്ടു നാമം പേർ ചൊല്ലി ഞാനിരിക്കയില്ല
മുണ്ടച്ചുറ്റിൽ കള്ളപ്പട കൂടീന് കുടകരെല്ലാം
ഞാൻ കുടകരുടെ കള്ളപ്പടയിൽ കൂടുന്നു ചങ്ങാതികളെ[138]
എന്റെ ആയുധം കതുവനൂർക്കെത്തിക്കണം ചങ്ങാതികളെ
വിൽ മറകൊണ്ട് തടുക്കന്ന് ചങ്ങാതികളും
വിൽ മറയിട്ടു തടുക്കല്ല ചങ്ങാതികളെ
ആയുധം പടുവളത്തിൽ[139] ഒഴിച്ചേക്കല്ല ചങ്ങാതികളെ
പാറിപ്പറന്ന് പടുവളത്തിൽപ്പോയിച്ചെന്ന്[140]
മുണ്ടച്ചുറ്റിൽ കള്ളപ്പടയായ് കൂടി നിന്നിനവര്
മാരി പെയ്യുംപോലെ വരുന്നല്ലോ ശരമപ്പോൾ
ആറു മുറിച്ചിറ്ററുപത്താറു ഖണ്ഡം പോയി
നൂറ് മുറിച്ചിട്ട് നൂറ്റെട്ടേഴ് ചിന്നം പോയി
മുണ്ടമ്മലും കൈതമ്മലും ശക[141]മെറിഞ്ഞും പോയി.

കേട്ടുവല്ലോ കതുവനൂരും വേളാർകോട്ടും
നമ്മളെ മന്ദപ്പൻ പുരത്തൻ പട കൂടിപോലും
കേട്ട വഴിയെ തണ്ടും പലക എടുപ്പിക്കുന്ന്
നേരമ്മോമൻ
വേളാർകോട്ട് വീട്ടിൻ തായലെ വഴി പോകുമ്പോൾ
മുണ്ടുമെടുത്ത് പുറപ്പെട്ടാളെന്റെ ചെമ്മരത്തി
പാറിപ്പറന്നു പടുവളത്തിലെ പോയിച്ചെന്നു
ആയിരക്കൊമ്പൻ വൈരിക്കീലെച്ചെന്നു നിന്നു
മുണ്ടിട്ട് മൂവായിരം പട മടക്കി അവൾ ചെമ്മരത്തി
തണ്ടയിട്ടിട്ട് നാലായിരം പട മടക്കി അവൾ ചെമ്മരത്തി
പടയും മടക്കി പടക്കളത്തിലെ നിന്നാനവളും
അപ്പൊഴെ പറയുന്നു നേരമ്മോമൻ
എല്ലല്ലാ ശകവുമവിട കാണ്മാനുണ്ട്
നമ്മളെ മന്ദപ്പന്റെ ശകം എങ്ങങ്ങാനും കാണ്മാനില്ല

137 വിളിക്കുകയാണെങ്കിലും എനിക്ക് കൊള്ളാം.
138 ഞാനിപ്പോൾ മുത്തോർമുടി കുടകരെ പടയിൽ കൂടുമേ (പാ.ഭേ.)
139 യുദ്ധക്കളത്തിൽ
140 ആയിരം കൊമ്പൻ വൈരിക്കിലെ ചെന്നു നിന്നു (പാ.ഭേ.)
141 ശവം

മന്ദപ്പന്റെ ശകമെന്നിട്ട് മുണ്ടമ്മന്നും കൈതമ്മന്നും[142]
ശകം പറക്കി[143]
ആയിരക്കൊമ്പൻ വൈരീക്കിലെ കൊണ്ടുവെച്ചു
ഖണ്ഡത്തോടു ഖണ്ഡം വെച്ചു നോക്കുന്നേരം
തുണ്ടത്തോടു തുണ്ടം വെച്ചു നോക്കുന്നേരം
എല്ലല്ലാ ഖണ്ഡവും തുണ്ടവും ഇവിടെ കാണ്മാനുണ്ട്
ചെറുവിരലും പീഠമോതിരവും കാണ്മാനില്ല
അംബരമാർഗ്ഗേ പറന്നു വീണിനെന്റെ ചെറുവിരലും
പീഠമോതിരവും
മുമ്പിൽ വെച്ചിതോരു ഊൺ കദളിവാഴമേലേ
ചെന്നു വീണിന്.

മന്ദപ്പനയും[144] തെക്കു വടക്കായി വെച്ചുകൊണ്ട്
അഗ്നിദാനോ ഭൂമി ദാനോ[145] ചെയ്യ്ന്ന് നമ്മളെ മന്ദപ്പന
അഗ്നിദാനം ചെയ്യാനൊരു കൊള്ളി വിറകില്ലല്ലോ
ഭൂമിദാനം ചെയ്യാൻ ഒരു മണ്ണായുധമില്ല
എന്റെ തമ്പുരാട്ടി ചുഴലിഭഗവതിഅമ്മേരെ തിരുവുള്ളത്താൽ
അടിക്കുന്നല്ലോ മാരിയെന്ന മലങ്കാറ്റപ്പോൾ
പൊട്ടുന്നല്ലോ ആയിരക്കൊമ്പൻ വൈരിക്കൊമ്പൊന്ന്
അണ്ണുക്കന്റെ അരക്കത്തി വലിച്ചുകൊണ്ട്
ചെത്തിക്കൊത്തി ചെറുചുടലയാക്കിച്ചമച്ചുവവിട
കാക്കോത്തും തലക്കോത്തും[146]തീയും വെച്ചു
കാറ്റോല[147] പിടിക്കുന്നെന്റെ അണ്ണുക്കൻ
അപ്പൊഴും പറയുന്നല്ലോ ചെമ്മരത്തി
ഒരു തലക്ക് നിന്ന് കാറ്റോല പിടിക്കട്ടോ[148] ഞാനണ്ണുക്ക
പെണ്ണുങ്ങൾക്ക് അഴിഞ്ഞിതോരു അഭിമാന്യമല്ല
ചെമ്മരത്തി
(ആണുങ്ങൾക്ക് അഴിഞ്ഞിതോരു അഭിമാന്യമാണ്
ചെമ്മരത്തി)
അതുമൊരു പരമാർത്ഥമെന്നു കരുതിക്കൊണ്ട്

നമ്മുടെ മന്ദപ്പന ചുട്ടുപിരിയാൻ നേരത്തിങ്കൽ
ഉച്ചയിലെന്തൊരു വെള്ളി നക്ഷത്രം നിന്നു കാണുന്നെടോ

142 മുണ്ടമേൽനിന്നും കൈതമേൽ നിന്നും
143 പെറുക്കി
144 മന്ദപ്പനെയും
145 അഗ്നിയിൽ ദഹിപ്പിക്കലോ, ഭൂമിയിൽ മറവുചെയ്യലോ
146 കാലിന്റെ ഭാഗത്തും തലയുടെ ഭാഗത്തും
147 തീ വീശിക്കത്തിക്കുവാൻ ഉപയോഗിക്കുന്ന ഓല (ശ്മശാനത്തിൽ കാറ്റോല ഉപയോഗിക്കും)
148 പിടിക്കട്ടെയോ

അവരെല്ലാവരും അണ്ണേർന്ന് നോക്കുന്നേരം[149]
എന്റെ കൂട ഉടൻതടിയെന്നു ഭാവിച്ചു ചെമ്മരത്തി
എന്റെ ചെമ്മരത്തി എന്റെകൂട വീണുകൊണ്ടേൻ
കാലും തലയും പിടിച്ചുവലിക്കുന്നു എന്റെ അണ്ണുക്കൻ
ഖണ്ണവും തുണ്ണമേ അണ്ണുക്കന്ന് കിട്ടുന്നുള്ളു
ഒന്നാമത് വ്ളാകി[150] പിടിച്ചിതോരു കരിമ്പുക
വായുസഞ്ചാരം കൊണ്ട് അടിച്ചുപോയി
രണ്ടാമത് വ്ളാകി പിടിച്ചിതോരു കരിമ്പുക
മേലോട്ട് കാളമേഘത്തോട് ചേർന്നുപോയി
മൂന്നാമത് വ്ളാകി പിടിച്ചിതോരു കാളമേഘത്താൽ
കരിമ്പുകയിൽ
മന്ദപ്പനും ചെമ്മരത്തിയും ദൈവക്കരുവായി യോഗം വന്നു[151]
മന്ദപ്പനീം ചെമ്മരത്തീനീം[152] ചുട്ടുപിരിഞ്ഞു
അവരെല്ലാവരും വന്താർമുടിപുഴയിന്ന് കുളി കഴിക്ക്ന്ന്
മന്ദപ്പനും ചെമ്മരത്തിയും മീത്തലെ കടവീന്ന്[153] കുളി കഴിക്ക്ന്ന്
തെറംകണ്ണാലെ[154] കണ്ടുവല്ലോ അണ്ണുക്കൻ
അപ്പൊഴും പറയുന്നല്ലോ അണ്ണുക്കൻ
മന്ദപ്പന്റീം ചെമ്മരത്തീരീം ശകമെന്ന് നിനച്ചുകൊണ്ട്
ആരാന്റെ ശകമോ നമ്മൾ ചുട്ടുപിരിഞ്ഞത്[155]
മന്ദപ്പനും ചെമ്മരത്തിയുമല്ലെ മീത്തലെ കടവീന്ന് കുളി
കഴിക്കുന്ന്
പാഞ്ഞോടി എത്തുന്നല്ലോ അണ്ണുക്കൻ
കല്ലും കടവും നനഞ്ഞതേ കാണ്മാനുള്ളു
പുല്ലും ഭൂമിയും നനഞ്ഞതേ കാണ്മാനുള്ളു
മന്ദപ്പനീം ചെമ്മരത്തീനീം ഒരു നിലയിലും കാണ്മാനില്ല
അവരെല്ലാവരും കതുനൂർക്ക് വഴിയും ചാഞ്ഞു.

മുമ്പിൽവെച്ചുണ്ടാക്കിയതോരു ഉൺകദളിവാഴമേൽ
ചെന്നു വീണിതോരു പീഠമോതിരവും ചെറുവിരലും

കിടുകിട വിറക്കുന്നെന്റെ ഊങ്കദളിവാഴ
കുമ കുമ മുഴക്കുന്നെന്റെ ചെങ്കദളിവാഴ
ആമേണപ്പലക പടിഞ്ഞാറ്റകത്ത് മലർന്നുവീണു

149 കണ്ണേർന്ന് മുകളിലോട്ട് നോക്കിയും പോയി (പാ.ഭേ.)
150 ചുറ്റി
151 ദൈവരൂപമായി ചൈതന്യമുണ്ടായി
152 മന്ദപ്പനെയും ചെമ്മരത്തിയെയും
153 മേലേ കടവിൽ നിന്ന്
154 തിറങ്കണ്ണാലെ (തെറ്റു കണ്ണിനാൽ)
155 പറക്കിച്ചുട്ടത് (പാ.ഭേ.)

മുമ്പിൽ പോയി തൊട്ടാനെന്റെ അണ്ണുക്കൻ
അണ്ണുക്കൻ മെയിമൽ[156] വെട്ടിയെറിഞ്ഞു
വെളിച്ചപ്പെട്ടേൻ

**സത്യവാക്ക്**

പിറന്നു ഞാൻ മാങ്ങാട് വളർന്നു ഞാൻ കതുവനൂര്
നാലു മൂരിക്കിടാങ്ങളും നാൽവർ ചങ്ങാതികളെ കൂടയും
കളിയും ചിരിയും കണ്ടു കട്ടത്തിൻ മീത്തൽ കൈയെടുത്തു
കതുവനൂർ ചെന്ന് കതുവനൂർനേരമ്മോന്റെ
പാലും ചോറും വാങ്ങി ആഹരിച്ച്
മുത്താർമുടി കൊടകരുടെ പടയ്ക്കു പുറപ്പെട്ടു
യുദ്ധക്കളത്തിൽ അകപ്പെട്ട്
ദൈവക്കരുവായി യോഗം വന്നു.
വന്താർമുടിയാറ്റിൽ നീരാടി
വാഴും കതുവനൂർ വീട്ടിൽ ശേഷിപെട്ടു
അതിന്നാധാരം കതുവനൂർ കാളമ്മനും കാണച്ചനും
ബമ്മനും അണ്ണുക്കനും പയ്യട്ടിയും
നാലോക്കൽ[157] മുമ്പായി
തോറ്റ[158]വും തിരുവപ്പന[159]യും
വാങ്ങിത്തെളിഞ്ഞു കൈല്പപ്പാൻ
പലേരി പത്തുകോട്ടയിൽ
ആനയും കുതിരയും കെട്ടി വാഴുന്ന
നാടു വാഴും നാടു സ്വാമി
വെപ്പനാട് ആറ്ശേരി
അറുപത്ത് മൂന്ന് ഒക്കൽ
അമ്മൻ കുടകൻ തെക്കൻ മുക്കാട്ടി
കയ്യാധാരം കയ്യുറപ്പെന്ന അവസ്ഥ കരുതി
എന്റെ ഗുരുക്കളെ മന്ത്രവും തന്ത്രവും
ധ്യാനവും കർമ്മവും ഹോമവും ധൂമവും
പൂവും മുടിയും പൂജയും പുത്തരിയും
നാലംശവും നാല് നാനായ് പാടും കൊണ്ടകൂട്ടി

156 മെയ്മേൽ (ശരീരത്തിൽ)

157 നാലുപേരുടെ പക്കൽ

158 തെയ്യത്തിന് തലേന്നാൾ കേലക്കാരൻ ചെറിയ തോതിൽ വേഷമണിഞ്ഞ് പാട്ടു പാടി ചെയ്യുന്ന നർത്തനരൂപമായ ആരാധന.

159 തിരുവൊപ്പന (ദൈവത്തിന്റെ അലംകൃതരൂപം)

വാങ്ങിത്തെളിഞ്ഞു കൈയേറ്റുകോരേ[160]
ആയതുപ്രകാരം കാമ്പാടി പള്ളിയറ മുമ്പായി ശേഷിപ്പെട്ടു.
അതിന്നാധാരം കാമ്പാടി അത്തനും
ചിക്കണ്ടിയും കൊല്ലിയും പറോന്തിയും
അമ്മത്തിനാട്ടിൽ ആറു ചേരി അറുപത്ത് ഒക്കൽ
അമ്മൻകുടകൻ തെക്കെൻ മുക്കാട്ടി കൈയാധാരം
കൈയുറപ്പെന്ന അവസ്ഥ കരുതി
അതിനകത്തൂട്ടുന്നും എന്റെ ഗുരുക്കളെ
മന്ത്രവും തന്ത്രവും ധ്യാനവും കർമ്മവും ഹോമവും ധൂമവും
പൂവും മുടിയും പൂജയും പുത്തരിയും
നാലംശവും നാല് നാനായ് പാടും കൊണ്ടകൂട്ടി
വാങ്ങിത്തെളിഞ്ഞു കൈയേറ്റു കോരേ.

ആയതുപ്രകാരം മൈത്താടി പള്ളിയറ
മൈത്താണിമുമ്പായി ശേഷിപെട്ടു
അതിന്നാധാരം അമ്മനും ഇളയമ്മനും
മൂത്തമ്മനും മുണ്ടച്ചാടിയും
നാലോക്കൽ മുമ്പായി തോറ്റവും തിരുവപ്പനയും
വാങ്ങിത്തെളിഞ്ഞു കൈയേറ്റു
എന്റെ ഗുരുക്കളെ മന്ത്രവും തന്ത്രവും
ധ്യാനവും കർമ്മവും ഹോമവും ധൂമവും
പൂവും മുടിയും പൂജയും പുത്തരിയും
നാലംശവും നാല് നാനായ്പാടും കൊണ്ടുകൂട്ടി
വാങ്ങിത്തെളിഞ്ഞു കൈയേറ്റുകോരേ

ആയതുപ്രകാരം എന്റെ കുഞ്ചിലേരി[161] പള്ളിയറ
മുമ്പേതുവായി ശേഷിപെട്ടു
അതിന്നാധാരം മാത്തപ്പനും മാച്ചെട്ടിയും
പൊന്നക്കാച്ചെട്ടിയും തൻ തിരുമക്കളും
നാലോക്കൽ മുമ്പായി തോറ്റവും തിരുവപ്പനയും
വാങ്ങിത്തെളിഞ്ഞു കൈയേറ്റു
എന്റെ ഗുരുക്കളെ മന്ത്രവും തന്ത്രവും
ധ്യാനവും കർമ്മവും ഹോമവും ധൂമവും
പൂവും മുടിയും പൂജയും പുത്തരിയും

160 നോറ്റിരിക്കുന്ന കോമരത്തെ കതുവനൂർവീരൻ തെയ്യം സംബോധന ചെയ്യുന്നത് 'കോരേ' എന്നാണ്. 'കോമരേ' എന്നതിന്റെ സംക്ഷിപ്തരൂപമാണത്.

161 കുന്തിയേരി (പാ.ഭേ.)

നാലംശവും നാല് നാനായ്പ്പാടും കൊണ്ട കൂട്ടി
വാങ്ങിത്തെളിഞ്ഞു കൈയേറ്റു കോരേ.

ആയതുപ്രകാരം പിട്ടങ്ങലത്ത് വെള്ളരിനാട്ടിൽ
പള്ളിയറ മുമ്പായി ശേഷിപെട്ടു
അതിന്നാധാരം വേളാർകോട്ടു തണ്ടയാൻ കൈയാൽ
തോറ്റവും തിരുവപ്പനയും വാങ്ങിത്തെളിഞ്ഞു
കൈയേറ്റു
എന്റെ ഗുരുക്കളെ മന്ത്രവും തന്ത്രവും
ധ്യാനവും കർമ്മവും ഹോമവും ധൂമവും
പൂവും മുടിയും പൂജയും പുത്തരിയും
നാലംശവും നാല് നാനായ്പാടും കൊണ്ട കൂട്ടി
വാങ്ങിത്തെളിഞ്ഞു കൈയേറ്റു കോരേ.

ആയതു പ്രകാരം അരമച്ചേരി പള്ളിയറ മുമ്പായി
ശേഷിപെട്ടു
അതിന്നാധാരം അവരച്ചേരി നായക്കനും
നങ്ങയും കുഴലിയും പടുവനും പത്തുമലച്ചെട്ടികളും
ഉറപ്പു നില വിശ്വാസം കല്പിച്ചു
എന്റെ ഗുരുക്കളെ മന്ത്രവും തന്ത്രവും
ധ്യാനവും കർമ്മവും ഹോമവും ധൂമവും
പൂവും മുടിയും പൂജയും പുത്തരിയും
നാലംശവും നാല് നാനായ്പാടും കൊണ്ട കൂട്ടി
വാങ്ങിത്തെളിഞ്ഞു കൈയേറ്റു കോരേ.

ആയതുപ്രകാരം അഞ്ചും രണ്ടേഴു-
പള്ളിയറ സ്ഥാനം കാണും ചെയ്തു
കാട്ടിലയ്യപ്പനേയും കരിങ്കുറ്റിഭഗവതീനേയും
മക്കീൽ ശാസ്താവും മലയിൽ ശാസ്താവും
കാവേരിയമ്മയും മഹാദേവപ്പന കൈതൊഴുതു
മുമ്പിനാൽ ഞാൻ കോടശ്ശിരം കയറി വേട്ട പള്ളി
പുതുച്ചുരം കിഴിഞ്ഞു
അമരമാൻ വിലങ്ങേരി രണ്ടൂർനാട്ടിനകത്ത്[162]
എന്റോരു ആമേരി പള്ളിയറ മുമ്പായി ശേഷിപെട്ടു
അതിന്നാധാരം വേളയാർകോട്ടു തണ്ടയാൻ കൈയാൽ
തോറ്റവും തിരുവപ്പനയും വാങ്ങിത്തെളിഞ്ഞു
കൈയേറ്റു

162 രണ്ട് ഊർവാട്ടിനകത്ത് (പാ.ഭേ.)

കടുങ്ങന[163] കൈയെടുത്തു പട്ടാനൂർ കുഴിഞ്ഞ
കുന്നിനകത്ത്
നാലു സ്ഥാനം കാപ്പ്മ്മലും കൊഴുമ്മലും
ചുണ്ടൂലും കുറുപ്പുംകണ്ടിയും മുമ്പായി
എന്റെ ഗുരുക്കളെ മന്ത്രവും തന്ത്രവും
ധ്യാനവും കർമ്മവും ഹോമവും ധൂമവും
പൂവും മുടിയും പൂജയും പുത്തരിയും
നാലംശവും നാല് നാനായ് പാട്ടം കൊണ്ട കൂട്ടി
വാങ്ങിത്തെളിഞ്ഞു കൈയേറ്റു കോരേ.

ആയതുപ്രകാരം മൂത്തേടത്തരമന മുമ്പായി ശേഷിപെട്ടു
തുലാമാസം പത്തിന നട തുറന്നു പഴനെല്ലിത്തരിയിട്ടു
പതിനെന്നാം ദിവസം പുന്നല്ലിത്തരിയിട്ടു
അതിന്നുകത്തൂന്ന് എന്റെ ഗുരുക്കളെ മന്ത്രവും തന്ത്രവും
ധ്യാനവും കർമ്മവും ഹോമവും ധൂമവും
പൂവും മുടിയും പൂജയും പുത്തരിയും
നാലംശവും നാല് നാനായ് പാടും കൊണ്ട കൂട്ടി
വാങ്ങിത്തെളിഞ്ഞു കൈയേല്ക്കുമ്പോൾ
പോന്നുവന്നാൻ കണ്ടത്തിൽ ചാലാടനും
പലിശപ്പുറത്തു പൂക്കോടനും
മഞ്ഞേരീം കോയാടനും
രണ്ടില്ലത്തെ അകമ്പടിമാര്
അന്ന് കണ്ടത്തിൽ ചാലാടനും താഴത്തുവന്ന
പാത്തി[164]ത്തലയാധാരമായി കണ്ടത്തിലും
കണ്ണാടിയത്തും കരയപ്പാത്തും കരിത്തോട്ടത്തിലും
നാലുസ്ഥാനം മുമ്പേതുവായി
എന്റെ ഗുരുക്കളെ മന്ത്രവും തന്ത്രവും
ധ്യാനവും കർമ്മവും പൂജയും പുത്തരിയും
നാലംശവും നാല് നാനായ്പാടും കൊണ്ട കൂട്ടി
വാങ്ങിത്തെളിഞ്ഞു കൈയേറ്റു കോരേ.

ആയതുപ്രകാരം എന്റെ തമ്പുരാൻ തിമിരിയപ്പനും
തമ്പുരാട്ടി ചുഴലിഭഗവതിയമ്മയുടെ തിരുവുള്ളം
വിശ്വസിച്ച്
എന്റെ കണ്ടൻകോൽ പള്ളിയറ മുമ്പായി ശേഷിപെട്ടു
ആയതുപ്രകാരം മൂലേലും തട്ടുമ്മലും എഴുകുന്നിലും
കണിയറക്കലും

163 വേഗത്തിൽ

164 തോണി

നാലുസ്ഥാനം മുമ്പേതുവായി
എന്റെ ഗുരുക്കളെ മന്ത്രവും തന്ത്രവും
ധ്യാനവും കർമ്മവും പൂജയും പുത്തരിയും
നാലംശവും നാല് നാനായ്പാടും കൊണ്ട കൂട്ടി
വാങ്ങിത്തെളിഞ്ഞു കൈയേറ്റു കോരേ.
ആയതുപ്രകാരം തിരുവർകാട്ടു ഭഗവതിയുടെ
തിരുവുള്ളം വിശ്വസിച്ചുകൊണ്ട്
എരിപുരത്തു പള്ളിയറ മുമ്പായി ശേഷിപെട്ടു.

**തട്ടുനില വഴക്കം**

പിറന്നു ഞാൻ മാങ്ങാട്ട് വളർന്നു ഞാൻ കതുവനൂര്
നാലു മൂരിക്കിടാങ്ങളെ കൂടെയും
നാൽവർ ചങ്ങാതികളെ കൂടെയും
തട്ടിത്തെളിച്ചു കതുവനൂർ ചെന്നു
കതുവനൂര് നേരമ്മാമന്റെ പാലും ചോറും വാങ്ങി ആഹരിച്ച്
മുത്താർമുടി കുടകരുടെ പടയ്ക്കു പുറപ്പെടുന്ന കാലത്ത്
എന്റെ വേളാർകോട്ട് ചെമ്മരത്തി ആയവൾ
കല്ലോടെ നെല്ലോടെ തലനാരോടെ
ഇട്ടെറിഞ്ഞിട്ടിരുന്നാവൂരി അരിയുംവെച്ചു
ആയത് ഞാനും വാങ്ങി അനുഭവിക്കാഞ്ഞിട്ടു തക്കവണ്ണം
മുത്താർ മുടി കുടകരുടെ പടയ്ക്ക് പുറപ്പെട്ട്
യുദ്ധക്കളത്തിൽ അകപ്പെട്ട്
ദൈവക്കരുവായി യോഗംവന്നു
വന്താർ മുടിയാറ്റിൽ നീരാടി
വാഴും കതുവനൂര് വീട്ടിൽ ശേഷിപെടുന്ന കാലം
അന്നേരത്തോരവസ്ഥ വിശേഷിച്ച് എന്റെ കതുവനൂരമ്മ
എന്റെ പൊന്മകൻ പോന്നോരു പോക്കേലേ[165] കണ്ടുള്ളു
വരുന്നോരുടെ വരവുകണ്ടില്ല
എന്റെ പൊന്മകന്റെ തിരുമേനിക്ക്
നാഴിയരിവെണ്ണച്ചാന്തും
നാഴിയും പിടി അരി ശേഷചാർത്തി[166] കാണേണം
അന്നെന്റെ തിരുമേനിക്ക് നാഴിയരി വെണ്ണച്ചാന്തും
നാഴി പിടി അരി ശേഷ ചാർത്തി കണ്ടു
എന്റെ തിരുമുടിയെടുത്ത്

165 പോക്ക് മാത്രമല്ല
166 കുറിയിട്ട്

പള്ളിയറയിൽ യോഗം വന്ന[167]തിന്റെ ശേഷം
അകത്തട്ടിൽ ത്രായിതോരു[168] ഇരുന്നാവൂരിയരിയും
അകത്തട്ടിൽ പിടിച്ചിതോരു പാർകോഴിപൈതലിനെയും
പച്ചകെടുത്തു[169]
എന്റെ ചെമ്മരത്തി ഊട്ടു ആകുന്നതിനെ
വഴിപോലെ കഴിച്ചിട്ടുണ്ട് കോരേ.

ആയതുപ്രകാരം കട്ടത്തിൻ മീത്തൽ
അഞ്ചും രണ്ടേഴു പള്ളിയറ സ്ഥാനവും
മുമ്പേതുവായിട്ടും
മലനാടു അയിമ്പത്തിരികാതം മുമ്പേതുവായിട്ടും
എന്റെ തിരുമുടിയെടുത്തു
പള്ളിയറയിൽ യോഗം വന്നതിന്റെ ശേഷം
അകത്തട്ടിൽ പിടിച്ചിതോരു പാർകോഴിപൈതലിനെയും
പച്ചകെടുത്തു
എന്റെ വേളാർകോട്ടു ചെമ്മരത്തിയൂട്ടാകുന്നതിനെ
നല്ലവണ്ണം കഴിച്ചുകൂട്ടിയേക്കണം കോരേ.

വന്നവരമടക്കണ്ട പോന്നവര[170] വിളിക്കണ്ട[171]
ഊരും വാരും പോക്കണക്കേടും[172] കൂടാതിട്ട്
എന്റേതെന്നും നിന്റേതെന്നും
പാതി പിടിയെന്നും പഴുത്തു പിടിയെന്നും
ആക്കിത്തീർക്കല്ലെ കോരെ.
ഒരു താക്കോലിന്മേൽ പഴുത്തു[173] എടുത്തേക്കണം കോരേ
തട്ടുനില വഴങ്ങി തട്ടുനിലയിൽ പൊട്ടുകേടില്ല[174]
തട്ടുപോയ് തൊട്ടോ കോരേ.

---

167 ശക്തമായതിന്റെ ശേഷം
168 നിവേദിച്ച
169 വേവിച്ച
170 പോകുന്നവരെ
171 വിളിക്കേണ്ട
172 താന്തോന്നിത്തം
173 പകുത്ത്
174 മോശമോ കേടോ ഇല്ല

അനുബന്ധം: രണ്ട്

# കുരിക്കൾ തെയ്യം*

ഇന്ദ്രജാലം,മഹേന്ദ്രജാലം, യോഗവിദ്യ, മാന്ത്രികവിദ്യ മുതലായവയിൽ നിഷ്ണാതനായ ഒരു യോഗി (ചോയി)യായിരുന്നു കുഞ്ഞിരാമൻ കുരിക്കൾ. 'പത്തു ദിശയിലും പതിനാലു ദേശാന്തര'ങ്ങളിലും സഞ്ചരിച്ച കുരിക്കൾ ഒരാരാദ്ധ്യനായ വ്യക്തിയായിത്തീർന്നു. നാടുഭരിക്കുന്ന രാജാവിന് പിണിപ്പാടുണ്ടായത് അക്കാലത്താണ്. മറ്റാർക്കും തീർക്കാൻ കഴിയാത്ത 'മെയ്യലും പിണിപ്പാടും' തീർക്കുവാൻ കൂടാളിത്തറയിലെ ആ കുരിക്കളെയാണ് കൂട്ടിക്കൊണ്ടുപോയത്.

'മാടങ്ങളേറിനിന്നു മാടമാം ബലികൊടുത്തു
പീഠങ്ങളേറിനിന്നു പീഠമാം ബലികൊടുത്തു
കുക്കുടബലി കഴിച്ചു മുക്കുടം ഗുരുസി വീഴ്ത്തി.'

ഇത്തരം മാന്ത്രിക ക്രിയകൾ ചെയ്താണ് കുരിക്കൾ, തമ്പുരാന്റെ പിണിയും ആലസ്യവും തീർത്തത്. പട്ടും വളയും പണക്കിഴിയും കുരിക്കൾക്ക് സമ്മാനമായി ലഭിച്ചു. കുരിക്കൾ കൂടാളി ദേശത്തേയ്ക്ക് മടങ്ങുമ്പോൾ, രാജഭടന്മാർതന്നെയാണ് കുരിക്കളെ ചതിച്ചുകൊന്നത്. ദൈവാനുഗ്രഹംകൊണ്ട് കുരിക്കൾ 'അണിക്കോലക്കരു'വായിത്തീർന്നുവെന്നാണ് തോറ്റംപാട്ടിൽ പറയുന്നത്. **കുരിക്കളുടെ അന്ത്യവേളയിൽ കതുവനൂർവീരൻ, കുരിക്കളെ ദൃഷ്ടിക്കുകയും, മൂന്നുവട്ടം കുരിക്കളെ വിളിക്കുകയും,

---

* കുരിക്കൾത്തെയ്യത്തിനെ സംബന്ധിച്ച വിശദപഠനം *തോറ്റം പാട്ടുകൾ- ഒരു പഠനം* എന്ന ഗ്രന്ഥത്തിൽ ചേർത്തിട്ടുണ്ട്.

** കുരിക്കൾത്തോറ്റം പൂർണ്ണമായി തോററം പാട്ടുകൾ (എൻ ബി എസ്) എന്ന സമാഹാരത്തിൽ ചേർത്തത് നോക്കുക. (പുറം54–57)

ചരമമടഞ്ഞ കുരിക്കളെ ദൈവമാക്കി തന്നോടൊപ്പം കൂട്ടുകയും ചെയ്തുവെന്നാണ് പുരാസങ്കല്പം. കതുവനൂർ വീരൻ തോറ്റത്തിൽ കുരിക്കളുടെ ചരിതമൊന്നും പ്രസ്താവിച്ചു കാണുന്നില്ലെങ്കിലും, കതുവനൂർ വീരൻ തെയ്യമുള്ള സ്ഥലങ്ങളിൽ ഒട്ടുമുക്കാലും കുരിക്കൾത്തെയ്യവും പതിവുണ്ട്. കതുവനൂർ വീരൻതെയ്യം കെട്ടിയാടുന്നതിനു തലേന്നാൾ സായാഹ്നത്തിലാണ് കുരിക്കളുടെ 'വെള്ളാട്ടം' കെട്ടിപ്പുറപ്പെടുന്നത്. രാത്രിയിൽ, കതുവനൂർ വീരന്റെ തോറ്റം കഴിഞ്ഞശേഷമാണ് കുരിക്കൾത്തെയ്യം കെട്ടിയാടിക്കപ്പെടുന്നത്. ഈ തെയ്യത്തിന്റെ വേഷവിധാനമൊക്കെ കതുവനൂർ വീരന്റേതുപോലെതന്നെയാണ്. പക്ഷേ, ദേഹത്തിൽ ചുവന്ന 'ചൊട്ടക'ൾ കൂടി കുറിച്ചിരിക്കും. കഴുത്തിൽ രുദ്രാക്ഷമാലയുണ്ടാകും.

കതുവനൂർവീരന് കതുവനൂർ പള്ളിയറ, കാമ്പാടി പള്ളിയറ, അരവച്ചേരി പള്ളിയറ, പിട്ടങ്ങലത്ത് വെള്ളരിനാട്ടിൽ പള്ളിയറ, തപസ്സുകര പള്ളിയറ, കുഞ്ചിലേരി പള്ളിയറ എന്നിങ്ങനെ കട്ടത്തിൻ മീത്തൽ ഏഴു 'പള്ളിയറസ്ഥാനം' ഉണ്ട്. കൂടാതെ, അമ്മേരി പള്ളിയറ, മുത്തേടത്ത് അരമനപ്പള്ളിയറ എന്നിവയും പ്രധാനമത്രെ. പറൂറ്, പട്ടാത്ത്, കാപ്പുമ്മല്, കൊഴുമ്മൽ, ചുണ്ടൂല്, കറുപ്പൻകണ്ടി, കണ്ണാടിയത്ത്, കരിന്തോട്ടം, എരിപുരം, ചെറുതാഴം (പാലക്കീലും പുതിയ പുരയിലും), കുഞ്ഞിമംഗലം (പറമ്പത്തുകര പള്ളിയറ), പയ്യന്നൂര് (മൊഴച്ചേരി പള്ളിയറ), വെള്ളൂര് (കൊവ്വൽഅറ) തുടങ്ങിയ പല സ്ഥലങ്ങളിലും കതുവനൂർവീരന്റെ 'സ്ഥാന'ങ്ങളുണ്ട്. കൂടാതെ, താല്ക്കാലികമായി 'പതി' പള്ളിയറയാക്കി കതുവനൂർ വീരൻ ദൈവത്തെ പൂജിക്കുകയും കെട്ടിയാടിക്കുകയും ചെയ്യാറുണ്ട്. ഇത്തരം സ്ഥാനങ്ങളിൽ 'കൊവ്വൽ അറ' തുടങ്ങിയ ദുർല്ലഭം ചില സ്ഥാനങ്ങളിലൊഴിച്ച് മറ്റുള്ളിടങ്ങളിൽ കുരിക്കൾത്തെയ്യവും കാണും.

**അനുബന്ധം: മൂന്ന്**

# ഗ്രന്ഥസൂചി


ജോർജ് കെ എം (ഡോ:)(എഡി) *സാഹിത്യ ചരിത്രം പ്രസ്ഥാനങ്ങളിലൂടെ*, എൻ ബി എസ് കോട്ടയം,1958.

ത്രിവിക്രമൻതമ്പി ജി *വലിയകേശി കഥ*, എൻ. ബി എസ് കോട്ടയം, 1984.

പത്മകുമാരി ജെ(പ്രൊഫ:) മൂവോട്ടുമല്ലൻ കഥ, കേ.ഭാ. ഇൻസ്റ്റിറ്റ്യൂട്ട്, തിരുവനന്തപുരം, 1990

പരമേശ്വരയ്യർ എസ് ഉള്ളൂർ (മഹാകവി) *കേരള സാഹിത്യ ചരിത്രം* (ഒന്നാം വാല്യം), തിരുവനന്തപുരം, 1974,

രാമവർമ്മ അപ്പൻ തമ്പുരാൻ *ദ്രാവിഡവൃത്തങ്ങളും അവയുടെ ദശാപരിണാമങ്ങളും*, തൃശ്ശൂർ, 1954.

വിശ്വംഭരൻ, കിളിമാനൂർ *പിണിതീർക്കും പാട്ടുകൾ, എൻ ബി എസ്*, കോട്ടയം, 1978

വിഷ്ണുനമ്പൂതിരി എം വി (ഡോ:) *കാക്കവിളക്കിന്റെ വെളിച്ചത്തിൽ*, എൻ ബി എസ്, കോട്ടയം, 1902

--------------------------- *തോറ്റംപാട്ടുകൾ*, എൻ ബി എസ്, കോട്ടയം, 1981

--------------------------- *തോറ്റംപാട്ടുകൾ-ഒരു പഠനം*, എൻ ബി എസ് കോട്ടയം, 1990

--------------------------- *നാടോടി വിജ്ഞാനീയം*, ഡി സിബുക്സ്, കോട്ടയം, 1996

--------------------------- *പുലയരുടെ പാട്ടുകൾ*, എൻബിഎസ്, കോട്ടയം, 1983

--------------------------- *ഫോക്‌ലോർ നിഘണ്ടു*, കേരള ഭാഷാ

ഇൻസ്റ്റിറ്റ്യൂട്ട്, തിരുവനന്തപുരം, 1989
-------------------- *മുഖദർശനം,* എൻ ബി എസ്, കോട്ടയം, 1975
------------------------- *വടക്കൻപാട്ടുകഥകൾ*-ഒരു പഠനം, കറന്റ്, കോട്ടയം 1995
------------------------- *കതുവനൂർ വീരൻതോറ്റം-ഒരു വീര പുരാവൃത്തം*, (ലേഖനം), കേളി.ല.54 ജൂൺ-ജൂലൈ, 1997, സംഗീത നാടക അക്കാദമി, തൃശൂർ
-------------------------*കതുവനൂർ വീരൻതെയ്യവും വീരപുരാവൃത്തവും*,(ലേഖനം), കലാദർപ്പണം, ഒക്ടോ-നവം-1997, അത്താണി
സെബാസ്റ്റ്യൻ എം, *കാണിക്കാരുടെ ലോകം, ഇരിഞ്ചയം*, 1990
ലിഫ്കോ & കമ്പനി, *ലിഫ്കോ അകാരാദി,* കോയമ്പത്തൂർ, 1968
BOWRA C M, *Heroic Poetry*, London, 1961
Caudwell, Christopher, *Illusion and Reality,* London, 1958
Lawry Charles Wimberly, *Folklore in English and Scottish Ballads*, Newyork,1965
Malinowski, *Myth in Primitive Psychology,* Newyork, 1926
Pattanayak D P(Ed:), *IndianFolklore*, Mysore, 1981
Sebeok, Thomas A, *Myth-a Symposium*, Bloomington, 1974
Thompson, Stith *The Folktale* Newyork, 1968.

**അനുബന്ധം: നാല്**

# സങ്കേതപദസൂചി


അങ്കം പടയുദ്ധം 15, 17
അഞ്ചടിത്തോറ്റം 25
അതിമാനുഷഘടകം 41
അതിയാരു പിള്ളപ്പാട്ട് 16
അനുമരണം 44
അനുഷ്ഠാനഗാനം 17, 23, 24
അനുഷ്ഠാനനർത്തനം 17, 23, 24
അനുഷ്ഠാനം 17, 23, 24, 36
അറുകൊലവാക്ക് 42, 44, 45
ആചാരം 23, 42, 45
ആരാധന 10, 18
ഇടനാടൻപാട്ട് 16
ഉച്ചത്തോറ്റം 35
ഉറച്ചിൽത്തോറ്റം 25
ഊർപ്പഴച്ചി 18
എസ്കോറ്റോളജിക്കൽമിത്ത് 38
ഐതിഹ്യം 11, 36
കഥാഗാനം 11, 14
കാണിപ്പാട്ട് 15, 16
കാവുതീയൻ 24
കുടിപ്പക 12
കുരിക്കൾതെയ്യം 35, 113, 114
ഘടനാ സംവിധാനം 49, 51
ചാറ്റുപാട്ട് 15
ചുഴലി ഭഗവതി 28, 34, 39, 41
ചെങ്ങന്നൂർ ആദിപ്പാട്ട് 16
ചെമ്മരത്തി 23
ചൊല്ലുവിളി 24
ജാരഗമനകഥ 13
തച്ചോളിപ്പാട്ട് 12, 13
തണ്ടുലാരാധന 24
തിറയാട്ടം 10, 18, 20
തീയർ 24, 28, 43, 46, 48
തെക്കൻപാട്ട് 14, 15
തെയ്യാട്ടം 10, 19–21, 34, 40, 48
തേവര്‍വെള്ളയൻ 19, 20
തോറ്റം 25, 26, 81–107
തോറ്റപ്പാട്ടുകൾ 19, 20, 25, 26, 37, 43, 44, 45, 49–61
ദയാക്രമം 42, 43
ദിവ്യകഥപ്പാട്ട് 14
ദൈവക്കരു 34, 36
നാഗംതാത്ത്കുറി 25
നാടൻ കഥാഗാനം 10
നാട്ടറിവ് 46, 47
നിമിത്തം 40

നീട്ടുകവി 25
നെറെയ്റ്റീവ് സോങ് 11
പടപ്പാട്ട് 17
പതിയം 26, 26, 76, 77
പരേതക്രിയ 45, 46
പരേതാരാധന 10, 18
പാട്ടുകഥാചക്രം 12
പുടമുറി 44
പുതുചുരം കീക്കൽ 26, 65, 66-76
പുത്തൂരംപാട്ടുകൾ 12, 13
പുരാവൃത്തം 11, 23, 26, 36, 39
പുലിമറഞ്ഞ തൊണ്ടച്ചൻ 19, 20, 39
പൂക്കട്ടിമുടി 22
പൂരക്കളി 17
പെറ്റും പിറപ്പും 21, 26, 37, 77-81
പൊലിച്ചുപാട്ട് 25
ഫോക് എപ്പിക്ക് 11
ഫോക് ബാലഡ് 11
മഞ്ചണകൂട്ടൽ 22
മരുതിയോടൻ കുരിക്കൾ 20
മാപ്പിളപ്പാട്ട് 17
മിത്ത് 23, 32, 35, 36
മുഖത്തെഴുത്ത് 22
ലോകോക്തികൾ 57
വടക്കൻപാട്ട് കഥ 12, 13, 19, 21
വണ്ണാൻ 24, 48
വരവിളി 24, 25, 41, 48, 61, 62
വീരകഥപ്പാട്ട് 11-17
വീരൻതെയ്യം 10, 22, 23
വീരപൂരാവൃത്തം 17, 21, 23, 36-41
വീരമൃത്യു 44
വീരാപദാനം 10, 11, 15, 21
വീരാരാധന 10, 19-21
വിരോല്പത്തി 37
വെളുമ്പനും ചിറകും 22
ശകുനം 42, 46
സംസ്കാരക്രിയ 42, 45, 46
സ്തുതികൾ 25, 26, 62, 63, 64
സ്വാഗതാഖ്യാനം 40
സ്വപ്നദർശനം 46

അനുബന്ധം: അഞ്ച്

# ആവേദകസൂചി

| | |
|---|---|
| കണ്ണൻ കെ | കുന്നരു, രാമന്തളി |
| കണ്ണപ്പെരുവണ്ണാൻ | കൊടക്കാട് (നർത്തകരത്നം) |
| കണ്ണൻ വൈ വി | എടാട്ട്, കുഞ്ഞിമംഗലം |
| കുഞ്ഞിരാമപ്പെരുവണ്ണാൻ, കുറുവാട്ട് | കാരാട്ട്, ഏഴിലോട് |
| കോരൻ, കാക്കാട്ടി | കീഴറ, ചെറുകുന്ന് |
| ചിണ്ടപ്പെരുവണ്ണാൻ, കുറുവാട്ട് | എടാട്ട് |
| രാമപ്പെരുവണ്ണാൻ, കുറുവാട്ട് | കുഞ്ഞിമംഗലം |

അനുബന്ധം: ആറ്

# ഗാനാനുക്രമണിക

(പഠനത്തിന് ഉപയോഗപ്പെടുത്തിയ തോറ്റം പാട്ടുകളുടെ ആദ്യ പാദ ങ്ങളാണ് അനുക്രമണികയായി ഇവിടെ ചേർക്കുന്നത്.)

അമരകുലത്തിൽ പിറന്നോരു ദൈവമേ...
അംഭോജബാണാരി നന്ദന നെെങ്കരൻ....
അരവമണിന്തരൻ സുതനാനപോൽ....
എന്നും താൻ വരിക പൊലികവേണം.....
ക്ഷീരസാഗരവാരിയിൽ തിരപോലെ....
ഗന്ധർവ്വൻ പണ്ടു ഭൂമൗ...
ഗംഗാകാമുകസൂനു വാരണമുഖൻ......
പാരിൽ കീർത്തിമികച്ച് നൽ സ്ഥലമതാ....
പിറന്നു ഞാൻ മാങ്ങാട്ട്...
പിറന്നു ഞാൻ മാങ്ങാട്ട് വളർന്നു ഞാൻ
പിറന്നു വളർന്നു മൂവാണ്ടിൽ മുടി...
മാമലപ്പെൺമണിക്കോമനക്കുഞ്ഞായ....
മുന്നം മാങ്ങാട്ടൊരേടത്തൊരു....
വരിക നിരുപിച്ചോരു കാര്യവും വീര്യം....
വെച്ചെരിയുന്ന നന്താർ വിളക്ക് പൊലികനാവോ
സ്ഥലം മാങ്ങാട്ട് മേത്തളി ഇല്ലത്ത്
ഹരി മാതാ പിതാ വാഴ്ക വാഴുക.

www.ingramcontent.com/pod-product-compliance
Lightning Source LLC
LaVergne TN
LVHW041111150826
845673LV00007B/2010